വിജ്ഞാനവർഷം

പുസ്തകം 18

ഇന്റർനെറ്റ്

പ്രയോഗവും സാധ്യതയും

Internet

Prayogavum Sadyatayum

K Anvar Sadath

CHINTHA PUBLISHERS
Thiruvananthapuram

Fourth Edition
March 2017

Fifth Edition
December 2018

Second Impression
February 2022

Published & Typesetting
Chintha Publishers, Thiruvananthapuram

Printed at
Repro India Ltd, Mumbai

Cover Design
Bloofish

ISBN : 978-93-82808-33-6

CR - VV. 18 / 1988 / 5867

Email: chinthapublishers@gmail.com
Website: www.chinthapublishers.com

A version is available at National Libraries
Kolkata, Mumbai, Chennai and Delhi

Distribution

DESHABHIMANI BOOKHOUSE
H O Thiruvananthapuram 695035

Branch

Head Office Kunnukuzhi • Statue Thiruvananthapuram
KSRTC Bus Terminal Thampanoor • Saphalyam Complex Thiruvananthapuram
KSRTC Bus Station Alappuzha • KSRTC Bus Station Ernakulam
Machingal Lane Thrissur • IG Road Kozhikode
Mavoor Road Kozhikode • NGO Union Building Kannur
Central Bus Terminal Complex Thavakkara Kannur

ഇന്റർനെറ്റ്

പ്രയോഗവും സാധ്യതയും

കെ അൻവർ സാദത്ത്

ചിന്ത പബ്ലിഷേഴ്സ്
തിരുവനന്തപുരം-695 035

കെ അൻവർ സാദത്ത്

1973 സെപ്റ്റംബർ 24 ന് മലപ്പുറം ജില്ലയിലെ കരുവാരക്കുണ്ടിൽ ജനനം. പാലക്കാട് ഗവ. വിക്ടോറിയ കോളേജിൽനിന്ന് ഫിസിക്സിൽ ബിരുദവും തിരുവനന്തപുരം ഗവ. എൻജിനീയറിംഗ് കോളേജിൽനിന്ന് എം സി എയും നേടി. *സൈബർ സ്കാൻ, ഇൻഫർമേഷൻ ടെക്നോളജി, നാനോടെക്നോളജി* എന്നീ പുസ്തകങ്ങൾ പ്രസിദ്ധീകരിച്ചിട്ടുണ്ട്. ആനുകാലികങ്ങളിൽ വിവരസാങ്കേതികവിദ്യയുമായി ബന്ധപ്പെട്ട പംക്തികൾ കൈകാര്യം ചെയ്തുവരുന്നു. 2006 ൽ ന്യൂസിലാന്റിൽവെച്ച് നടന്ന ഏഷ്യാ-പസഫിക് എക്കണോമിക് കോർപ്പറേഷന്റെ ടെക്നോളജി വർക്കിംഗ് ഗ്രൂപ്പിൽ പ്രബന്ധമവതരിപ്പിക്കാൻ ഇന്ത്യയിൽനിന്നുള്ള ഏക ക്ഷണിതാവായിരുന്നു. തിരുവനന്തപുരത്തുള്ള ഇലക്ട്രോണിക്സ് റിസർച്ച് ആന്റ് ഡവലപ്മെന്റ് സെന്ററിലും ഇൻഫർമേഷൻ കേരളമിഷനിലും കേരളസംസ്ഥാന ഐ ടി മിഷനിൽ അക്ഷയ പദ്ധതിയുടെ ഡയറക്ടറായും ഇ-ഗവേർണൻസ് മാനേജരായും പ്രവർത്തിച്ചിട്ടുണ്ട്. ഇപ്പോൾ 'ഐ ടി @ സ്കൂൾ' പ്രോജക്ടിന്റെ എക്സിക്യൂട്ടീവ് ഡയറക്ടറാണ്. *നാനോടെക്നോളജി* എന്ന പുസ്തകത്തിന് 2005 ലെ മികച്ച ശാസ്ത്രകൃതിക്കുള്ള ശാസ്ത്രസാങ്കേതിക പരിസ്ഥിതി കൗൺസിൽ അവാർഡ് ലഭിച്ചിട്ടുണ്ട്.

റിട്ട. വില്ലേജ് ഓഫീസർ കെ അബ്ദുള്ളയുടെയും പി കെ സുഹ്റാബിയുടെയും മകനാണ്.

ഭാര്യ: ഷാഹിന കെ പി

മക്കൾ: അമൻ, അംന

ഇ-മെയിൽ: anvar.k@gmail.com

ഉള്ളടക്കം

1

ഇന്റർനെറ്റിന്റെ ചരിത്രം

ആഗോള ശൃംഖലകളുടെ ശൃംഖലയായ ഇന്റർനെറ്റിന്റെ രൂപീകരണചരിത്രം തുടങ്ങുന്നത് അമേരിക്കയുടെ പ്രതിരോധവകുപ്പിൽനിന്നുമാണ്.

1957 ഒക്ടോബർ 4 ന് ലോകത്തെ ആദ്യത്തെ കൃത്രിമ ഭൗമ ഉപഗ്രഹമായ 'സ്പുട്നിക്' റഷ്യ വിക്ഷേപിച്ചതിന് പ്രതികരണമെന്നോണമാണ് അമേരിക്കൻ പ്രതിരോധവകുപ്പ് ഉന്നത ഗവേഷണപദ്ധതികൾക്കായുള്ള 'ആർപ' എന്ന ഏജൻസി രൂപീകരിക്കുന്നത്. വിനിമയ വ്യൂഹങ്ങൾ തമ്മിൽ ഇടതടവില്ലാതെ ബന്ധം സ്ഥാപിക്കുന്നതിന് ആവശ്യമായ സർക്യൂട്ട് സ്വിച്ചിംഗ് ശൈലിക്കു ബദലായി, 'പായ്ക്കറ്റ് സ്വിച്ചിംഗ്' സമ്പ്രദായം കണ്ടുപിടിച്ചത് 1961 ൽ എം ഐ ടി യിലെ ലിയോനാർഡ് ക്ലിൻറോക്കാണ്. എം ഐ ടിയിലേയും കാലിഫോർണിയായിലേയും കമ്പ്യൂട്ടറുകളെ ടെലഫോൺവഴി പരസ്പരം ബന്ധിപ്പിച്ചുകൊണ്ടുള്ള ലോകത്തിലെ ആദ്യത്തെ 'വാൻ' ശൃംഖല രൂപംകൊള്ളുന്നത് 1965 ലാണ്. 1966 മുതലേ വിശാലമായ ആർപ്പാനെറ്റിനുള്ള (അഡ്വാൻസ്ഡ് റിസേർച്ച് ആന്റ് പ്രോജക്ട്സ് ഏജൻസി നെറ്റ്‌വർക്ക്) ശ്രമങ്ങൾ തുടങ്ങിയെങ്കിലും ഇന്ന് കാണുന്ന ഇന്റർനെറ്റിന്റെ ആദിരൂപമായ 'ആർപ്പാനെറ്റ്' യാഥാർത്ഥ്യമാകുന്നത് 1969 സെപ്തംബറിലാണ്.

ആർപ്പാനെറ്റിന്റെ ആദ്യകണ്ണി

ന്യൂക്ലിയർ ആക്രമണം ഉണ്ടായാൽ

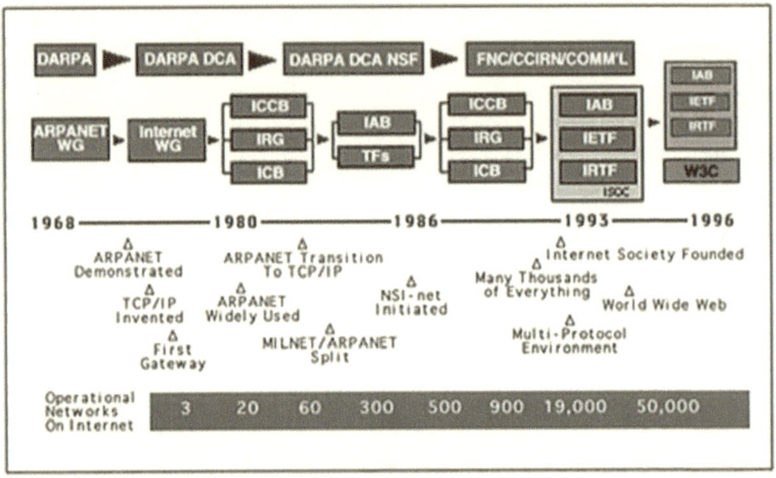

ഇന്റർനെറ്റിന്റെ സമയരേഖ

പ്പോലും പ്രതിരോധരഹസ്യങ്ങൾ നഷ്ടപ്പെടരുത് എന്ന സ്പഷ്ടമായ ലക്ഷ്യം ആർപ്പാനെറ്റിന് ഉണ്ടായിരുന്നു. കേന്ദ്രീകൃതസ്വഭാവം പുലർത്തുന്ന കമ്പ്യൂട്ടറുകൾ നശിച്ചാൽ രാജ്യത്തെ മൊത്തം ഡേറ്റാശേഖരവും തകരും എന്ന ഭീതിമൂലമാണ് വിവരങ്ങൾ പല കമ്പ്യൂട്ടറുകളിലായി വിന്യസിക്കുന്ന ആശയം ഉടലെടുത്തത്. ആർപ്പാനെറ്റിന്റെ ഭാഗമായി ആദ്യം കാലിഫോർണിയ സർവ്വകലാശാലയിലേയും സ്റ്റാൻഫോർഡ് ഗവേഷണ സ്ഥാപനത്തിലേയും കമ്പ്യൂട്ടറുകളെയാണ് പരസ്പരം ബന്ധിപ്പിച്ചത്. കാലിഫോർണിയയിലെ സെന്ററിലെ വ്യക്തി LOG എന്ന് ടൈപ്പ് ചെയ്യുമ്പോൾ സ്റ്റാൻഫോർഡിലെ കമ്പ്യൂട്ടറിൽ IN എന്നു ചേർത്ത് ലോഗിൻ എന്ന വാക്ക് പൂർത്തിയാക്കുകയായിരുന്നു ആദ്യത്തെ ഹോസ്റ്റ്-ടു-ഹോസ്റ്റ് വിനിമയപദ്ധതി. ആദ്യാക്ഷരമായ L കൃത്യമായും സ്റ്റാൻഫോർഡ് കേന്ദ്രത്തിലെത്തി. രണ്ടാമത് ടൈപ്പ് ചെയ്ത O അക്ഷരം എത്തിയ ഉടനെ സിസ്റ്റം തകരാറിലായത് ഇന്റർനെറ്റിന്റെ ചരിത്രത്തിലെ രസമുള്ള ഏടുകളിലൊന്നാണ്. പിന്നീട് സ്റ്റാൻ ബാർബറ, യൂട്ടാ സർവ്വകലാശാല എന്നീ രണ്ട് നോഡുകൾകൂടെ ആർപ്പാനെറ്റിൽ കണ്ണികളായപ്പോൾ നെറ്റിലെ ആതിഥേയ കമ്പ്യൂട്ടറുകളുടെ എണ്ണം നാലായി ഉയർന്നു.

റേ ടോം ലിൻസൺ

1970 ൽ നെറ്റ്വർക്ക് കമ്മ്യൂണിക്കേഷൻ പ്രോട്ടോക്കോൾ എന്ന നെറ്റിലെ ആദ്യ

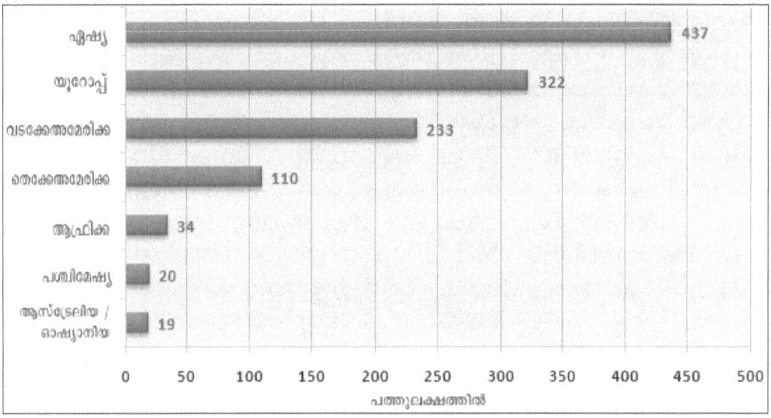

ആഗോളതലത്തിൽ ഇന്റർനെറ്റിന്റെ ഉപയോഗം

പ്രോട്ടോക്കോൾ രൂപംകൊണ്ടു. ഇന്റർനെറ്റിലെ ചൂടുള്ള വിഭവമായ ഇ-മെയിലിന്റെ പിറവി 1972 മാർച്ചിൽ റേ ടോം ലിൻസനിലൂടെയായിരുന്നു. ഇതേ വർഷം ഒക്ടോബറിലാണ് ആദ്യമായി ഇന്റർനാഷണൽ കമ്പ്യൂട്ടർ കമ്മ്യൂണിക്കേഷൻ കോൺഫറൻസിലൂടെ ആർപ്പാനെറ്റിനെ പൊതുജനങ്ങൾക്കു മുന്നിൽ അവതരിപ്പിക്കുന്നത്. അമേരിക്കൻ മണ്ണിൽനിന്നും ഇംഗ്ലണ്ടിലേക്കും നോർവേയിലേക്കുമെല്ലാം പ്രവേശിച്ച് ആർപ്പാനെറ്റിന് ഗ്ലോബൽ സ്വഭാവം ലഭിക്കുന്നത് 1973 ലാണ്. ഇന്റർനെറ്റിന്റെ പരിണാമത്തിൽ മുഖ്യസ്ഥാനം വഹിച്ചിട്ടുള്ള യൂണിക്സ് ഓപ്പറേറ്റിംഗ് സിസ്റ്റം, ഈതർനെറ്റ് കാർഡ് തുടങ്ങിയ സങ്കേതങ്ങളുടെ

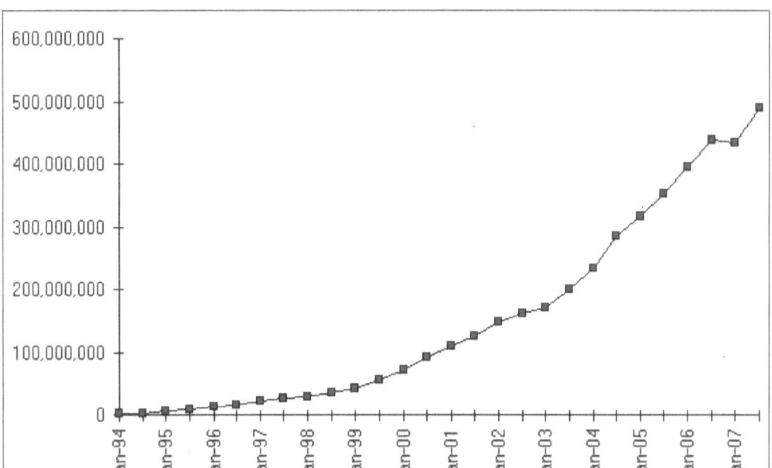

ഇന്റർനെറ്റിലെ ഹോസ്റ്റുകളുടെ എണ്ണം

ആവിർഭാവവും 73 ൽ തന്നെയാണ്.

ഇന്റർനെറ്റ് എന്ന പദം ആദ്യമായി പ്രയോഗിക്കുന്നത് 1974-ൽ ട്രാൻസ്മിഷൻ കൺട്രോൾ പ്രോട്ടോക്കോൾ (ടി സി പി) വിൻട് സർഫും ബോബ്കാനുംകൂടെ ആവിഷ്കരിക്കുമ്പോഴാണ്. ഇന്റർനെറ്റിന്റെ പ്രോട്ടോക്കോൾ ആയി ടി സി പി/ഐ പി മാറുന്ന വിപ്ലവകരമായ തീരുമാനം വരുന്നത് 1983 ലാണ്. ടി സി പി/ഐ പി യിൽ പ്രവർത്തിക്കുന്ന NSFNET രൂപംകൊണ്ടു. ഇതേസമയംതന്നെ ആർപ്പാനെറ്റ് സൈനിക ആവശ്യങ്ങൾക്ക് വേണ്ടിയും (MILNET) പൊതുജനങ്ങൾക്കുവേണ്ടിയും പ്രത്യേകം പ്രത്യേകം വിഭജിച്ചപ്പോൾ ഇന്റർനെറ്റ് ഒരു യാഥാർത്ഥ്യമാകുകയായിരുന്നു. 1984-ൽ ഇന്റർനെറ്റിൽ, കണ്ണികളായ ആതിഥേയ കമ്പ്യൂട്ടറുകളുടെ എണ്ണം 1000 ആയി ഉയർന്നു. 1987-ൽ എണ്ണം 10,000 ആയും 1998 നവംബർ 1 ഓടെ 60,000 ആയും ഉയർന്നു.

ഇന്റർനെറ്റിന്റെ സുരക്ഷയ്ക്ക് ഭീഷണി ഉയർത്തുന്ന തരത്തിൽ ഇന്നും സജീവമായ ഹാക്കർ, ക്രാക്കർ തുടങ്ങിയ പദങ്ങൾ ശ്രദ്ധിക്കപ്പെട്ടുതുടങ്ങുന്നത് 1988 ലാണ്. ഈ സമയത്ത് റോബർട്ട് മോറിസ് എഴുതിയ ഒരു പ്രോഗ്രാം വഴി ശൃംഖലയിലെ 6000 ത്തോളം കണ്ണികൾ ആക്രമിക്കപ്പെട്ടു. കമ്പ്യൂട്ടർ എമർജൻസി റെസ്പോൺസ് ടീം (CERT) രൂപംകൊള്ളുന്നതും ഇതിന്റെ ഫലമായാണ്. ഇന്റർനെറ്റിൽ വ്യാപകമായി ഉപയോഗിക്കുന്ന ഇന്റർനെറ്റ് റിലേ ചാറ്റ് സംവിധാനം രൂപംകൊള്ളുന്നതും ഈ വർഷംതന്നെയാണ്.

1990 ഓടെ മൂന്നുലക്ഷം കണ്ണികളുള്ള ശൃംഖലകളുടെ ശൃംഖലയിൽനിന്നും 'ആർപ്പാനെറ്റ്' പിൻമാറി. ഫയലുകൾ എളുപ്പത്തിൽ പരതി കണ്ടെത്തുന്ന 'ആർച്ചീ' (archie) രൂപംകൊള്ളുന്നതും ഈ വർഷം തന്നെയാണ്. വിജ്ഞാനസമ്പാദനത്തിനും അറിവ് പങ്കുവെക്കുന്നതിനും പൊതുജനങ്ങൾ ശൃംഖല വ്യാപകമായി ഉപയോഗിക്കാൻതുടങ്ങി. ഇന്റർനെറ്റിന്റെ നട്ടെല്ലായി ഇക്കാലമത്രയും പ്രവർത്തിച്ചുവന്നിരുന്ന നാഷണൽ സയൻസ് ഫൗണ്ടേഷൻ (NSFNET), വാണിജ്യ ആവശ്യങ്ങൾക്കായി ഇന്റർനെറ്റിന്റെ വാതായനങ്ങൾ തുറന്നുകൊടുക്കുന്നത് 1991 ലാണ്. അക്ഷരങ്ങളും ചിത്രങ്ങളും ശബ്ദവുമെല്ലാം സംയോജിപ്പിച്ച രീതിയിൽ ഇന്റർനെറ്റിലെ വെബ്പേജുകളെ സജ്ജമാക്കിയ വേൾഡ് വൈഡ് വെബ് (WWW) സംവിധാനത്തിന് യൂറോപ്യൻ പാർട്ടിക്കിൾ ഫിസിക്സിലെ ടിം ബെർണേർസ് ലീ അടിത്തറ പാകി. 91 ൽ തന്നെ വേൾഡ് വൈഡ് വെബിലെ ആദ്യത്തെ ഗ്രാഫിക്കൽ ബ്രൗസർ ആയ 'മൊസൈക്ക്' (mosaic) രൂപംകൊള്ളുകയും ചെയ്തു.

വേൾഡ് വൈഡ് വെബ് കൂടുതൽ പ്രചാരം നേടുന്നതും ബെർണേർസ് ലീ, അൽവെസ്സ എന്നിവരുടെ നേതൃത്വത്തിൽ 'വേൾഡ് വൈഡ് വെബ് കൂട്ടായ്മ' (W3C) രൂപംകൊള്ളുന്നതും 1994 ലാണ്.

ഡൊമൈൻ നാമങ്ങൾ രജിസ്റ്റർ ചെയ്യുന്നത് ഇനിമുതൽ സൗജന്യമായിരിക്കില്ലെന്ന് എൻ എസ് എഫ് പ്രഖ്യാപിക്കുന്നത് 1995 സെപ്തംബർ 14 നാണ്. ഇതിനിടെ പ്ലാറ്റ്ഫോമിന്റെ വ്യതിരിക്തത പ്രശ്നമാകാത്ത

വിധത്തിൽ ജെയിംസ് ഗോസ്‌ലിംഗ് 'ജാവ' എന്ന പ്രോഗ്രാമിംഗ് ഭാഷ പുറത്തിറക്കി.

പ്രതിരോധ ഗവേഷണ മേഖലകളിൽനിന്നും വ്യവസായ വാണിജ്യ മേഖലയിൽ ഇന്റർനെറ്റ് അവിഭാജ്യഘടകമായി മാറിയപ്പോൾ ആതിഥേയ കമ്പ്യൂട്ടറുകളുടെ എണ്ണത്തിലും സേവനങ്ങളുടെ ലഭ്യതയിലും അഭൂതപൂർവ്വമായ വളർച്ചയാണുണ്ടായിക്കൊണ്ടിരിക്കുന്നത്.

ഇന്റർനെറ്റ് കണക്ഷൻ

'ഇന്റർനെറ്റ്' എന്നത് ഒരു പ്രത്യേക കമ്പനിയോ കമ്പ്യൂട്ടറോ ഒന്നുമല്ല. ഭൂഗോളത്തിന്റെ വിഭിന്ന ഭാഗങ്ങളിലായി ചിതറിക്കിടക്കുന്ന വിവിധ കമ്പ്യൂട്ടറുകളും കമ്പ്യൂട്ടർ ശൃംഖലകളുമെല്ലാം കൈകോർത്ത് രൂപംപ്രാപിച്ച ഒരു ശൃംഖലമാത്രം. കാലക്രമത്തിൽ യോജിപ്പിച്ചിട്ടുള്ള കമ്പ്യൂട്ടറുകളുടെയും മറ്റു ഉപകരണങ്ങളുടെയും എണ്ണവും വേഗതയും വർദ്ധിപ്പിക്കുന്നതിനനുസരിച്ച് പുതിയ പുതിയ സംവിധാനങ്ങളും ഇന്റർനെറ്റുമായി ബന്ധപ്പെട്ട് രൂപംകൊള്ളുകയായിരുന്നു.... അഥവാ ദ്രുതവേഗതയിൽ രൂപപ്പെട്ടുകൊണ്ടേയിരിക്കുന്നു.

നിങ്ങൾക്ക് ഇന്റർനെറ്റ് കണക്ഷൻ ലഭ്യമാക്കണമെങ്കിൽ അതിന് വിവിധങ്ങളായ രീതികൾ ഇന്ന് നിലവിലുണ്ട്. ഡയൽ-അപ്, ലീസ്ഡ് ലൈൻ, ഐ എസ് ഡി എൻ, ഡി എസ് എൽ, സാറ്റലൈറ്റ് കണക്ഷൻ.... എന്നിങ്ങനെപോകുന്നു ഇവ. ഇന്റർനെറ്റ് കണക്ഷൻ ലഭിക്കണമെങ്കിൽ കമ്പ്യൂട്ടർ, ഡേറ്റാകൈമാറ്റത്തിനുള്ള ഉപകരണം (മോഡം) ഒരു ഭൗതിക മാധ്യമം (ടെലിഫോൺ, കേബിൾ), ഐ എസ് പി കണക്ഷൻ എന്നിവ ആവശ്യമാണ്. പൊതുജനങ്ങൾക്ക് ഇന്റർനെറ്റ് സേവനം നൽകുന്ന ഏജൻസിയാണ് ഇന്റർനെറ്റ് സർവീസ് പ്രൊവൈഡർ അഥവാ ഐ എസ് പി.

ഒരാളോട് ടെലിഫോണിൽ സംസാരിക്കാൻ ആദ്യമായി അയാളുടെ നമ്പർ ഡയൽ ചെയ്യേണ്ടതുണ്ട് എന്നതുപോലെ ഇന്റർനെറ്റുമായി നമ്മുടെ കമ്പ്യൂട്ടറിന് സംവദിക്കാനും ഒരു ഐ എസ് പിയുടെ നമ്പർ ഡയൽ ചെയ്യണം. ഇതിന് നിങ്ങൾ ആ ഐ എസ് പിയുടെ നമ്പർ എടുത്തിരിക്കണമെന്ന് മാത്രം. ബി എസ് എൻ എൽ, റിലയൻസ്, എയർടെൽ, ഏഷ്യാനെറ്റ് തുടങ്ങിയ ഐ എസ് പികളിൽനിന്നും അക്കൗണ്ട് എടുക്കുമ്പോൾ കിട്ടുന്ന ലോഗിൻ നാമവും പാസ്‌വേർഡും മുഖേനയാണ് നിങ്ങളുടെ അക്കൗണ്ട് സ്വീകരിക്കുന്നത്.

ഡയൽ-അപ് രീതിയിൽ ഇന്റർനെറ്റ് ഉപയോഗിക്കുമ്പോൾ ഐ എസ് പി ചാർജിനോടൊപ്പം ഉപയോഗിക്കുന്ന സമയത്തെ ടെലിഫോൺ ചാർജും കൂടെ ഉപയോക്താവ് നൽകേണ്ടതുണ്ട്. എന്നാൽ ഉയർന്നതോതിലുള്ള ഡേറ്റാ സംപ്രേഷണവും, സ്ഥിരമായി ഇന്റർനെറ്റുമായുള്ള ബന്ധവും ആവശ്യമുള്ളപ്പോൾ സാധാരണ ലീഡ്സ് ലൈൻ കണക്ഷനാണ് എടുക്കാറുള്ളത്. സാധാരണ ഡയൽ-അപ് കണക്ഷനുകളേക്കാൾ വളരെ കൂടുതൽ വേഗത പ്രദാനം ചെയ്യുന്ന ISDN (Integrated Service

ഐ എസ് പിയുമായി ബന്ധം സ്ഥാപിക്കുന്നു

Digital Network) സംവിധാനം വഴി ശബ്ദം, ഡേറ്റ, വീഡിയോ എന്നിവ ഡിജിറ്റൽ ടെലിഫോൺ ലൈനിലൂടെ സംപ്രേഷണം ചെയ്യാൻ കഴിയും. (കൂടുതൽ വിവരങ്ങൾക്ക് 'ബ്രോഡ്ബാൻഡ് അദ്ധ്യായം കാണുക)

വിൻട് സെർഫ് - ഇന്റർനെറ്റിന്റെ പിതാവ്

ഇന്റർനെറ്റിന്റെ സാങ്കേതിക സംവിധാനങ്ങളും ശൃംഖലയുടെ നിർവ്വഹണരീതിയും കെട്ടിപ്പടുക്കുന്നതിൽ മുഖ്യപങ്ക് വഹിച്ച വിൻട് സെർഫിന് ഇപ്പോൾ 'സേർച്ച് എഞ്ചിൻ' മേഖലയിൽ വിപ്ലവകരമായ മാറ്റം വരുത്തിക്കൊണ്ടിരിക്കുന്ന ഗൂഗിളിന്റെ 'മുഖ്യ ഇന്റർനെറ്റ് പ്രചാരകൻ' എന്ന പേരുകൂടി ലഭ്യമായി. ഇന്റർനെറ്റിന്റെ പ്രചാരം വ്യാപകമാകുന്ന തരത്തിൽ ശൃംഖലയിലെ വിനിമയത്തിനുള്ള ടി സി പി/ഐ പി നിബന്ധനകൾ (ട്രാൻസ്മിഷൻ കൺട്രോൾ പ്രോട്ടോകോൾ/ഇന്റർനെറ്റ് പ്രോട്ടോകോൾ) ആവിഷ്കരിക്കുന്നതിൽ നേതൃത്വം നൽകിയ 'ഇന്റർനെറ്റിന്റെ പിതാവ്' ഈ അറുപത്തിരണ്ടാം വയസ്സിലും വിവരവിപ്ലവത്തിന്റെ നായകസ്ഥാനത്ത് സജീവമാണ്.

വിൻട് സെർഫ്

ഇന്റർനെറ്റിന്റെ ഉപയോഗം സാധാരണക്കാരിലേക്ക് വ്യാപിപ്പിക്കാനും ഇതുമായി ബന്ധപ്പെട്ട സാങ്കേതികസംവിധാനങ്ങൾ കൈകാര്യംചെയ്യുന്നവരെ ഒരു കുടക്കീഴിലാക്കാനും ഉദ്ദേശിച്ചുകൊണ്ട് രൂപംകൊണ്ട 'ഇന്റർനെറ്റ് സൊസൈറ്റി (ഐ എസ് ഒ സി), ഇന്റർനെറ്റ് എഞ്ചിനീയറിങ് ടാസ്ക് ഫോഴ്സ് (ഐ ഇ ടി എഫ്) തുടങ്ങിയവയ്ക്ക് തുടക്കം കുറിച്ചതും നേതൃത്വം നൽകിയതും വിൻട് സെർഫാണ്. ഇന്റർനെറ്റിന്റെ ആദിരൂപമായ

അർപ്പാനെറ്റുമായി (അഡ്വാൻസ്ഡ് റിസർച്ച് പ്രോജക്ട്സ് ഏജൻസി നെറ്റ്വർക്ക്) ബന്ധപ്പെട്ട നിരവധി പ്രോട്ടോകോളുകൾ സെർഫ് വികസിപ്പിച്ചെടുത്തിട്ടുണ്ട്. 'ഇന്റർനെറ്റ്' എന്ന പദം ആദ്യമായി ഉപയോഗിക്കാൻ കാരണമായ ടി സി പി 1974-ൽ ബോബ്കാനോത്ത് ആവിഷ്കരിക്കുന്നതോടെയാണ് ഇന്റർനെറ്റിന്റെ ചരിത്രംതന്നെ മാറിമറിയുന്നത്.

1982 മുതൽ '86 വരെ എം സി ഐ ഡിജിറ്റൽ ഇൻഫർമേഷൻ സിസ്റ്റത്തിന്റെ പ്രസിഡണ്ടായിരിക്കുമ്പോഴാണ് വിൻട് സെർഫ് ഇന്റർനെറ്റിലെ ആദ്യത്തെ വാണിജ്യ ഇ-മെയിൽ സേവനമായ 'എം സി ഐ മെയിൽ' ആവിഷ്കരിക്കുന്നത്. ഇന്റർനെറ്റുമായി ബന്ധപ്പെട്ട സാങ്കേതിക വശങ്ങൾ ക്രോഡീകരിക്കുന്നതിനായി രൂപീകരിച്ച 'ഐകാനി'ന്റെ (ഇന്റർനെറ്റ് കോർപ്പറേഷൻ ഫോർ അസൈൻഡ് നെയിംസ് ആൻഡ് നമ്പേഴ്സ്) ചെയർമാനുംകൂടിയാണ് അദ്ദേഹമിപ്പോൾ.

2

വേൾഡ് വൈഡ് വെബ്

ദൃശ്യ-ശ്രവ്യ സംവിധാനങ്ങളുടെ അകമ്പടിയോടെ, (അക്ഷരങ്ങളായും ചിത്രങ്ങളായും ശബ്ദമായും ചലച്ചിത്രമായുമെല്ലാം) ഇന്റർനെറ്റിൽനിന്നും വിവരങ്ങൾ ലഭ്യമാക്കാനുള്ള ഒരു ഉപാധിയാണ് വേൾഡ് വൈഡ് വെബ് (WWW) എന്നുപറയാം. ശാസ്ത്രജ്ഞന്മാർക്ക് പരസ്പരം വിനിമയം നടത്തുന്നതിനുള്ള ഒരു സംവിധാനം എന്ന നിലയിൽനിന്നും ഇന്റർനെറ്റിൽ ഇന്ന് ഏറ്റവും കൂടുതൽ പ്രയോജനപ്പെടുത്തുന്ന സേവനമായി വേൾഡ് വൈഡ് വെബിനെ മാറ്റിയ 'ടിം ബർണേർസ് ലീ' എന്ന ശാസ്ത്രജ്ഞനെക്കുറിച്ചുള്ള ബോക്സ് കാണുക. കോടിക്കണക്കിന് ചാനലുകളുള്ള ഒരു കേബിൾ ടെലിവിഷൻ ശൃംഖലയോട് വേൾഡ് വൈഡ് വെബിനെ (ചുരുക്കത്തിൽ 'വെബ്') ഉപമിക്കാം. ടെലിവിഷനിൽ ഒരു കേന്ദ്രത്തിൽനിന്ന് പല കേന്ദ്രങ്ങളിലേക്കാണ് വിവരങ്ങളെത്തുന്നതെങ്കിൽ വെബിൽ പല കേന്ദ്രങ്ങളിൽനിന്നാണ് നമുക്ക് പരിപാടികൾ നൽകുന്നത്. ടെലിവിഷൻ പരിപാടികൾ കാണാനല്ലാതെ നമുക്ക് തിരിച്ചങ്ങോട്ട് സംവദിക്കാൻ ഈ കേബിളുകളിലൂടെ സാധ്യമല്ലല്ലോ? എന്നാൽ വെബ് 'ഇന്ററാക്ടീവ്' ആണ്. അതായത് ഇതിലൂടെ നമുക്കാവശ്യമുള്ള വിവരങ്ങൾ കാണാൻ മാത്രമല്ല ഇതിലൂടെ വിവരങ്ങൾ സംപ്രേഷണം ചെയ്യാനും സാധിക്കും.

വേൾഡ് വൈഡ് വെബിന്റെ പ്രധാന ഘടകങ്ങൾ പ്രധാനമായും വെബ് ക്ലയന്റ് (വെബ് ബ്രൗസറുകൾ), വെബ് സെർവർ, എച്ച് ടി ടി പി പ്രോട്ടോകോൾ, എച്ച് ടി എം എൽ, യു ആർ എൽ എന്നിവയാണെന്ന് പറയാം.

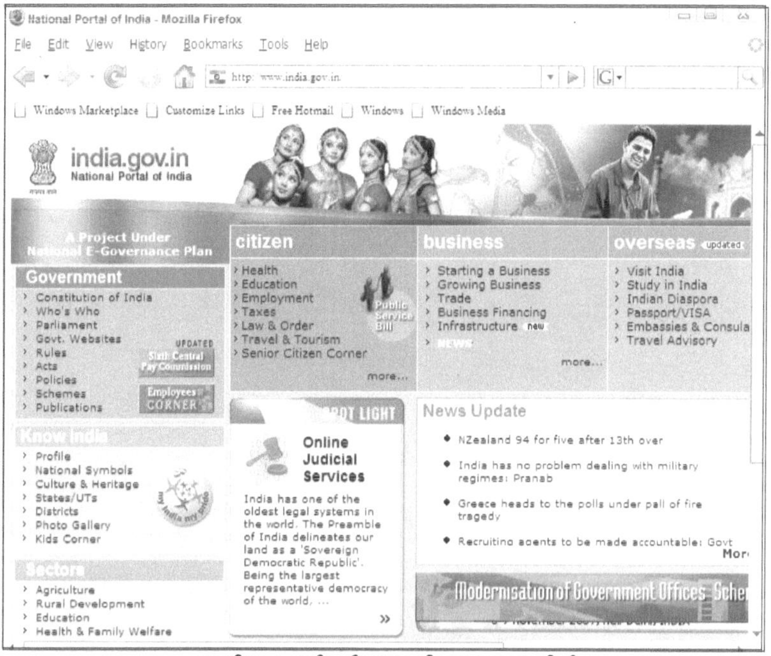

ദേശീയ പോർട്ടൽ മോസില്ല ബ്രൗസറിൽ

കമ്പ്യൂട്ടർ ഉപയോക്താവിനെ ഇന്റർനെറ്റുമായി (പ്രത്യേകിച്ചും വേൾഡ് വൈഡ് വെബുമായി) സംവദിക്കാൻ സഹായിക്കുന്ന സോഫ്റ്റ് വെയറുകളാണ് ബ്രൗസറുകൾ. വേൾഡ് വൈഡ് വെബ് ക്ലയന്റ്-സെർവർ രീതിയിലാണ് പ്രവർത്തിക്കുന്നത് (ഒരു വലിയ കമ്പനിയിൽ ഒരു പ്രധാന കമ്പ്യൂട്ടറും ഒരുപാട് ചെറിയ കമ്പ്യൂട്ടറുകളും ഉണ്ടെന്നിരിക്കട്ടെ. എല്ലാവർക്കും ആവശ്യമായ പ്രാധാന്യമർഹിക്കുന്ന ഡേറ്റ പ്രധാന കമ്പ്യൂട്ടറിൽ (സെർവറിൽ) ആയിരിക്കും. ജോലിക്കാരുടെ മുന്നിലിരിക്കുന്ന കമ്പ്യൂട്ടറുകളിൽ ('ക്ലയന്റ്') അതുപയോഗിക്കുന്നവർക്ക് പ്രത്യേകം വേണ്ട ഡേറ്റയും പ്രോഗ്രാമും മാത്രം ലഭ്യമാക്കിയിട്ടുള്ള സംവിധാനമാണ് ക്ലയന്റ്-സെർവർ രീതിയെന്ന് പൊതുവേ പറയാം. ഓരോ ക്ലയന്റിനേയും സെർവറുമായി നെറ്റ്വർക്കുവഴി ബന്ധിപ്പിച്ചിട്ടുള്ളതിനാൽ ഓരോ ക്ലയന്റിനും ആവശ്യമായ വിവരങ്ങൾ സെർവറിൽനിന്ന് പ്രത്യേകം പ്രോഗ്രാമുകൾവഴി ലഭിക്കുന്നു). ഇങ്ങനെ സാധാരണ ക്ലയന്റ്-സെർവർരീതിയിലെ ക്ലയന്റിന്റെ സ്ഥാനമാണ് ബ്രൗസറിന്. നമ്മുടെ (ഉപയോക്താവിന്റെ) കമ്പ്യൂട്ടറിലാണ് ക്ലയന്റായ ബ്രൗസർ സ്ഥിതിചെയ്യുന്നത്. നാം ആവശ്യപ്പെടുന്ന വിവരങ്ങൾ ലഭിക്കാനായി ബ്രൗസർ നമുക്കുവേണ്ടി വിവരങ്ങൾ വെബ് സെർവറിനോട് അപേക്ഷിക്കുന്നു. വെബ്സെർവർ തന്നോട് ആവശ്യപ്പെട്ട വിവരങ്ങൾ ബ്രൗസറിന് നൽകുന്നു. ബ്രൗസർ അത് നമ്മുടെ കമ്പ്യൂട്ടറിൽ പ്രദർശിപ്പിക്കുന്നു.

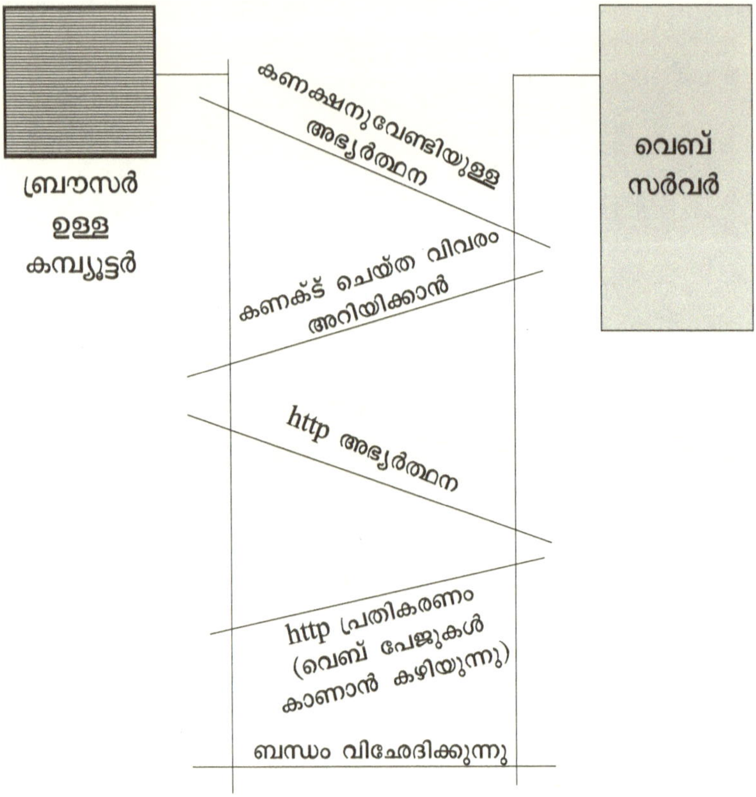

ബ്രൗസർ - സെർവർ വിനിമയ രീതി

(ബ്രൗസർ - സെർവർ വിനിമയരീതി കാണുക.)

ഹൈപ്പർ ടെക്സ്റ്റ് മാർക്ക് അപ് ലാംഗ്വേജ് (എച്ച് ടി എം എൽ) ഭാഷ ഉപയോഗിച്ചാണ് സാധാരണ വെബ് പേജുകൾ തയ്യാറാക്കുന്നത്. ബ്രൗസറിന്റെ അപേക്ഷപ്രകാരം വെബ്സെർവർ നൽകുന്ന പേജുകളും ഇപ്രകാരം എച്ച് ടി എം എൽ ശൈലിയുള്ളവയാണ്. ബ്രൗസറാണ് ഇതിനെ നമുക്ക് മനസ്സിലാക്കുന്ന സാധാരണ വെബ് പേജുകളാക്കി മാറ്റുന്നത്. ഇപ്രകാരം എച്ച് ടി എം എല്ലിനു പുറമെ വിവിധ ആപ്ലിക്കേഷൻ പ്രോഗ്രാമുകൾ, ആനിമേഷനുകൾ, ജാവ, ആക്ടീവ് എക്സ് തുടങ്ങിയവ ഉപയോഗിച്ച് തയ്യാറാക്കിയവ... എല്ലാം ഉപയോക്താവിന് മനസ്സിലാകുന്നവിധത്തിൽ പ്രദർശിപ്പിക്കാൻ ബ്രൗസർ സോഫ്റ്റ്വെയറുകൾക്ക് കഴിയും. വെബ്പേജുകൾ കേവലം അക്ഷരങ്ങൾ മാത്രമായി പ്രദർശിപ്പിക്കുന്ന ബ്രൗസറുകൾ കാലഹരണപ്പെട്ടു. മോസില്ലയും എക്സ്പ്ലോററുംപോലെ വേൾഡ് വൈഡ് വെബിൽ ലഭ്യമായ ഗ്രാഫിക്സുകളോ ഫോട്ടോകളോ ശബ്ദം-വീഡിയോ ക്ലിപ്പിംഗ്സുകളോ എല്ലാം പ്രദർശി

പ്പിക്കാൻ കഴിയുന്ന ബ്രൗസറുകൾക്കാണ് ഇന്ന് ഡിമാന്റ്.

സാധാരണ ടെക്സ്റ്റ് ഡോക്യുമെന്റുകളിൽനിന്നും വിഭിന്നമായി ചിത്രങ്ങളും സംഗീതവും മറ്റു ക്ലിപ്പിംഗ്സുകളും മാത്രമല്ല മറ്റു പേജുകളുമായി ബന്ധിപ്പിക്കുന്ന ലിങ്കുകളും (ഹൈപ്പർ ലിങ്കുകൾ) എല്ലാം ഉൾക്കൊള്ളുന്ന ഡോക്യുമെന്റുകളാണ് ഹൈപ്പർ ടെക്സ്റ്റുകൾ. ഇത്തരം ഹൈപ്പർ ടെക്സ്റ്റുകളാണ് എച്ച് ടി എം എൽ ഭാഷ ഉപയോഗിച്ചു തയ്യാറാക്കുന്നത്. ഹൈപ്പർ ടെക്സ്റ്റ് ഫയലുകളെ കൈമാറ്റം ചെയ്യാൻ (വെബ് ബ്രൗസറും സെർവറും തമ്മിൽ വിനിമയം നടത്താൻ) ഉപയോഗിക്കുന്ന നിബന്ധനകളാണ് http (hyper text transfer protocol).

വെബ് സൈറ്റുകൾ

വെബിൽനിന്നും നമുക്കാവശ്യമുള്ള വിവരങ്ങൾ എടുക്കുന്നതെങ്ങനെയാണ്? ടെലിവിഷനിൽ വിവിധ ചാനലുക്കളന്നപോലെ ഇന്റർനെറ്റിൽ വിവിധ വെബ്സൈറ്റുകളിലൂടെയാണ് നമുക്ക് വിവരങ്ങൾ ലഭിക്കുന്നത്. ഒരു പ്രത്യേക വിഷയത്തെക്കുറിച്ചോ സ്ഥാപനത്തെക്കുറിച്ചോ സംഘടനയെക്കുറിച്ചോ അല്ലെങ്കിൽ വ്യക്തിയെക്കുറിച്ചോ തയ്യാറാക്കുന്ന ഒരു പുസ്തകത്തോട് ഒരു വെബ്സൈറ്റിനെ ഉപമിച്ചാൽ അതിലെ ഓരോ അദ്ധ്യായവും ഓരോ വെബുപേജുകളാണെന്ന് പൊതുവായി പറയാം.

കോടിക്കണക്കിന് വെബ്സൈറ്റുകളുള്ള വെബിൽനിന്നും ഓരോ പ്രത്യേക സൈറ്റിനേയും തിരിച്ചറിയുന്നത് അതിന് മാത്രം അനുവദിച്ചിട്ടുള്ള സൈറ്റ് നാമം നൽകുമ്പോഴാണ്. ബ്രൗസറിൽ അഡ്രസിന് വലതുഭാഗത്ത് www.kerala.gov.in എന്ന് നൽകി എന്റർ ചെയ്താൽ നമ്മൾ കേരള സർക്കാരിന്റെ ഔദ്യോഗിക വെബ്സൈറ്റിൽ എത്തുകയായി. ഇതുപോലെ ഓരോ വെബ്സൈറ്റിനെയും മാലോകരറിയുന്നത് ഇത്തരം സൈറ്റ് നാമം അഥവാ ഡൊമൈൻ നാമങ്ങളിലൂടെയാണ്.

സെർവർ - ക്ലയന്റ് വിനിമയം

ഒരു പ്രത്യേക വെബ്പേജ് സൂക്ഷിച്ചുവച്ചിട്ടുള്ള സെർവർ കമ്പ്യൂട്ടർ, അതിൽനിന്നും ബ്രൗസറിന് വിവരങ്ങൾ ലഭിക്കാൻ വേണ്ട നിബന്ധനകൾ തുടങ്ങി ഇന്റർനെറ്റിലെ സങ്കേതങ്ങളുടെ യഥാർത്ഥ സ്ഥാനം രേഖപ്പെടുത്തുന്ന സമ്പ്രദായമാണ് URL അഥവാ Universal Resource Locator. ഓരോ യു ആർ എൽ വിലാസവും അനന്യ (Unique) മാണ്. ഉദാഹരണത്തിന് http://www.google.com എന്ന യു ആർ എൽ ശ്രദ്ധിക്കുക. ഇതിൽ ആദ്യ ഭാഗം (http) വിനിമയത്തിനുപയോഗിക്കുന്ന പ്രോട്ടോക്കോൾ ആണ്. www.google.com എന്നതിനെയാണ് സാധാരണ ഡൊമൈൻ നാമമായി വിശേഷിപ്പിക്കുന്നത്. കേരള സർവ്വകലാശാലയുടെ സൈറ്റ് വിലാസം www.keralauniversity.edu വും കേരള ടൂറിസത്തിന്റേത് www.keralatourism.org എന്നുമാണ്. സൈറ്റ് വിലാസങ്ങൾ www തൊട്ടു തുടങ്ങുന്നത് ഈ സൈറ്റ് വേൾഡ് വൈഡ് വെബിൽ ലഭ്യമാണ് എന്നു സൂചിപ്പിക്കാനാണ്. അവസാന ഭാഗം ഡൊമൈൻ (ടോപ്പ് ലെവൽ 'ഡൊമൈൻ' അഥവാ ടി എൽ ഡി) ഏതു വിഭാഗത്തിലാണ് എന്നാണ് സൂചിപ്പിക്കുന്നത്.

ഉദാഹരണം

.com (വാണിജ്യം/കമ്പനികൾ)

.org (സംഘടനകൾ, സ്ഥാപനങ്ങൾ)

.net (നെറ്റ്വർക്കുമായി ബന്ധപ്പെട്ടത്)

.edu (വിദ്യാഭ്യാസം)

ഇതിനു പുറമെ രാജ്യങ്ങളെ പ്രത്യേകം സൂചിപ്പിക്കാൻ .in (ഇന്ത്യ), .uk (ബ്രിട്ടൻ), .fr (ഫ്രാൻസ്), .de (ജർമ്മനി) എന്നിങ്ങനെയും ഡൊമൈൻ നാമങ്ങൾ നിലവിലുണ്ട്.

ഇതിൽത്തന്നെ co.in ഇന്ത്യയിലെ വാണിജ്യ സൈറ്റുകൾ, (ഉദാ: www.yahoo.co.in.), തുടങ്ങിയ രീതിയിലും ഡൊമൈനുകളെ ക്രമീകരിക്കാൻ സംവിധാനം നിലവിലുണ്ട്.

ഇന്റർനെറ്റിൽ ഡൊമൈൻ നാമങ്ങളെ ശ്രേണി രീതിയിൽ തരംതിരിക്കുന്ന സംവിധാനമാണ് Domain Naming System അഥവാ DNS.

ഐ പി വിലാസം

ഇന്റർനെറ്റ് വിലാസങ്ങൾക്ക് മുകളിൽ സൂചിപ്പിച്ചപോലെ പ്രത്യക്ഷമായ ചില സൂചികകൾ ഉണ്ടെങ്കിലും കമ്പ്യൂട്ടറുകൾ ഇവയെ മനസ്സിലാക്കുന്നത് ചില പ്രത്യേക നമ്പറുകൾ വഴിയാണ്. അതായത് ഓരോ വിലാസത്തിനും തുല്യമായ നമ്പറുകളാണ് കമ്പ്യൂട്ടറുകൾ പരസ്പരം വിനിമയത്തിനുപയോഗിക്കുന്നത്. ഇത്തരം രീതിയെയാണ് ഇന്റർനെറ്റ് പ്രോട്ടോക്കോൾ അഡ്രസിംഗ് അഥവാ ഐ പി അഡ്രസിംഗ് എന്നു പറയുന്നത്. നമ്മുടെ ടെലഫോൺ നമ്പർ സംവിധാനംപോലെ ഓരോ പ്രത്യേകം നമ്പറുകളാണുള്ളത്.

സാധാരണ 32 ബിറ്റുകളുള്ള നമ്പറായാണ് ഐ പി അഡ്രസ് സൂക്ഷിക്കുന്നത്. അതായത് 192.168.173.201, 192.168.173.2... എന്നിങ്ങനെ വേണം.

ഉപയോക്താവ് www.gmail.com എന്ന് എന്റർചെയ്ത് ആ സൈറ്റിലേക്ക് പ്രവേശിക്കുമ്പോൾ യഥാർത്ഥത്തിൽ ഡൊമൈൻ നേം സെർവർ (ഡിഎൻ എസ്) ഇത് വായിച്ച് ഇതിന് തുല്യമായ ഐ പി അഡ്രസ് ആയി ഇതിനെ വ്യാഖ്യാനിക്കുകയാണ്. ഡി എൻ എസിൽ ഇതുപോലെ എല്ലാ വിലാസങ്ങൾക്കും തുല്യമായ ഐ പി വിലാസം ശേഖരിച്ചുവെച്ചിട്ടുണ്ട്.

നിലവിൽ 32 ബിറ്റ് മാത്രമുപയോഗിച്ചുള്ള ഐ പി സിസ്റ്റം (IPv4) പ്രദാനംചെയ്യുന്ന അഡ്രസുകൾ പൂർണതയിലേക്കടുത്തുകൊണ്ടിരിക്കുകയാണ്. അതിനാൽ വളരെ വളരെ കൂടുതൽ കാര്യക്ഷമതയേറിയ 128 ബിറ്റുകൾ പ്രയോജനപ്പെടുത്തുന്ന അഡ്രസിംഗ് രീതി (IPv6)യോടെ ഈ പ്രശ്നം പരിഹരിക്കും എന്ന പ്രതീക്ഷയിലാണ് നെറ്റ് നിവാസികൾ.

ഐകാൻ

ഇന്റർനെറ്റിന്റെ സാങ്കേതികവശങ്ങൾ ക്രോഡീകരിക്കാനുള്ള പ്രത്യേക ബോഡിയാണ് ICANN (Internet Corporation for Assigned Names and Numbers) നെറ്റുമായി ബന്ധപ്പെട്ട ബിസിനസ്സ്, അക്കാദമിക്, സാങ്കേതികവിഭാഗങ്ങളും ഉപയോക്താക്കളുടെ സമൂഹവുമെല്ലാം കൂടിച്ചേർന്ന ICANN 1998 ഒക്ടോബറിലാണ് രൂപംകൊള്ളുന്നത്. ഇതിനു മുമ്പ് അമേരിക്കൻ ഗവൺമെന്റിന് കീഴിലുള്ള IANA (Internet Assigned Numbers Authority) ഉൾപ്പെടെയുള്ള സംഘടനകൾ ചെയ്തുവന്നിരുന്ന ദൗത്യമാണ് ഇപ്പോൾ ICANN ഏറ്റെടുത്തിരിക്കുന്നത്.

ICANN ന്റെ പ്രധാന ജോലികൾ ഇന്റർനെറ്റ് ഡൊമൈൻ നാമങ്ങൾ, ഐ പി വിലാസങ്ങൾ, പ്രോട്ടോക്കോൾ വിവരങ്ങളും പോർട്ട് നമ്പറുകളും തുടങ്ങിയവയുടെ ക്രമീകരണമാണ്.

മറ്റു ചില അംഗീകൃത ടോപ് ലെവൽ ഡൊമൈനുകൾ

.aero	-	വ്യോമയാനം
.asia	-	ഏഷ്യൻ
.biz	-	ബിസിനസ്
.coop	-	സഹകരണ സ്ഥാപനങ്ങൾ
.info	-	വിവിധ വിഷയങ്ങളെ സംബന്ധിച്ചുള്ള വിവരങ്ങൾ
.jobs	-	തൊഴിൽ
.mobi	-	മൊബൈൽ ഉപകരണങ്ങൾ
.museum	-	മ്യൂസിയങ്ങൾ
.name	-	വ്യക്തിഗത വിവരം
.pro	-	പ്രൊഫഷനലുകൾ
.travel	-	യാത്ര

വെബിന്റെ പിതാവ്

ഇന്റർനെറ്റിന്റെ മുന്നിലിരുന്ന് വിവിധ വെബ്സൈറ്റുകൾ സന്ദർശിക്കുമ്പോഴും ഇ-മെയിലുകളും ഇന്റർനെറ്റ് ടെലിഫോണുമെല്ലാം പ്രവർത്തിക്കുമ്പോഴും നാം ഓർക്കേണ്ട ഒരു വ്യക്തിയാണ് ടിം ബെർണേർസ് ലീ. വളരെ ശ്രമകരമായിരുന്ന ഇന്റർനെറ്റിലൂടെയുള്ള പര്യവേക്ഷണം ഇന്ന് കൊച്ചുകുട്ടികൾക്കുപോലും അനായാസേന നടത്താൻ കഴിയുന്ന രൂപത്തിൽ ദൃശ്യ-ശ്രവ്യ സംവിധാനങ്ങളിലൂടെ അണിയിച്ചൊരുക്കിയ വേൾഡ് വൈഡ് വെബ് എന്ന www ആവിഷ്കരിച്ച മഹാനാണ് ഇദ്ദേഹം. ടിം ബെർണേർസ് ലീയെയാണ് 'വെബിന്റെ പിതാവ്' എന്ന് വിശേഷിപ്പിക്കുന്നത്.

90 കളുടെ ആദ്യത്തിൽ CERN എന്ന യൂറോപ്യൻ പാർട്ടിക്കിൾ ഫിസിക്സ് ലബോറട്ടറിയിൽ പ്രവർത്തിച്ചിരുന്ന സമയത്താണ് 'വേൾഡ് വൈഡ് വെബ്' എന്ന മഹത്തായ കണ്ടുപിടുത്തം ബെർണേർസ് ലീ നടത്തിയത്. വെബിൽനിന്നും വിവരങ്ങൾ ഉപയോക്താവിന് ലഭിക്കാനുള്ള 'ബ്രൗസർ' സോഫ്റ്റ്വെയർ വികസിപ്പിച്ചതും ബെർണേർസ് ലീ തന്നെയാണ്. വെബ്സൈറ്റുകൾ എളുപ്പത്തിൽ തയ്യാറാക്കാൻ കഴിയുന്ന Hyper Test Mark-up Language അഥവാ HTML ലൂടെ വിവരങ്ങളും ചിത്രങ്ങളുമെല്ലാം മനോഹരമായി സന്നിവേശിപ്പിക്കാനും, അതിനുശേഷം Universal Resource Locator അഥവാ url എന്ന സങ്കേതത്തിലൂടെ ഇത്തരം വെബ്പേജുകളെ അനന്യമായ വിലാസങ്ങൾ നൽകി സെർവറുകളിൽ പ്രതിഷ്ഠിക്കാനും, ലോകത്തെമ്പാടുമുള്ള ശൃംഖലകളിൽനിന്ന് വിവരങ്ങൾ ലഭിക്കാനുള്ള Hyper text transfer protocol അഥവാ http നിബന്ധനകൾ സജ്ജമാക്കുകയും ചെയ്തപ്പോഴാണ് വേൾഡ് വൈഡ് വെബ് എന്ന അത്ഭുത-മാന്ത്രികവല യാഥാർത്ഥ്യമായത്.

ടിം ബെർണേർസ് ലീ

വെബിനാവശ്യമായ നിബന്ധനകളും രീതികളുമാവിഷ്കരിച്ച് ഇന്റർനെറ്റിനെ ചലനാത്മകമാക്കി മാറ്റിയ World Wide Web Consortium അഥവാ W3C 1994-ൽ സ്ഥാപിച്ചതും ലീ തന്നെയാണ്.

തികച്ചും ലാഭേച്ഛയില്ലാതെ സാങ്കേതികവിദ്യ സാധാരണക്കാരന് പ്രയോജനപ്പെടാനായി ഇന്നും കഠിനാദ്ധ്വാനം ചെയ്യുന്ന ബെർണേർസ് ലീ ഓരോ കണ്ടുപിടുത്തങ്ങളാൽ കോടീശ്വരന്മാരായി വിലസുന്ന പ്രതിഭകൾക്കിടയിലെ വേറിട്ട വ്യക്തിത്വമാണ്. വെബിന്റെ സ്വാതന്ത്ര്യം പരമപ്രധാനമാണെന്ന് വിശ്വസിക്കുന്ന ബെർണേർസ് ലീ യുടെ വാക്കുകൾ

നോക്കുക: "വെബിന്റെ പ്രത്യേകത അതിന്റെ സാർവ്വജനീനതയാണ്. ബലഹീനതകൾക്കതീതമായി എല്ലാത്തരക്കാർക്കും എല്ലായ്പ്പോഴും അത് ലഭ്യമാവുമ്പോഴാണ് വെബ്ബെന്ന സ്വപ്നം സാക്ഷാത്കരിക്കപ്പെടുന്നത്."

W3 കൺസോർഷ്യം ഡയറക്ടറായി പ്രവർത്തിക്കുന്ന ലീ മസാച്ച്യുസെറ്റ്സ് ഇൻസ്റ്റിറ്റ്യൂട്ട് ഓഫ് ടെക്നോളജിയിലെ ഗവേഷണപ്രവർത്തനങ്ങളിലും ഇപ്പോൾ സജീവമാണ്. *ടൈം മാഗസിൻ* 1999-ൽ പോയ നൂറ്റാണ്ടിനെ സ്വാധീനിച്ച നൂറു പ്രമുഖരിലൊരാളായി ബെർണേർസ് ലീയെ തെരഞ്ഞെടുത്തു. പ്രിക്സ് ആർസ് ഇലക്ട്രോണിക്ക പുരസ്കാരം, IEEE അവാർഡ്, ചാൾസ് ബാബേജ് അവാർഡ്, പോൾ ഇവാൻ പീറ്റേൽസ് അവാർഡ് എന്നിങ്ങനെ തുടങ്ങി ബ്രിട്ടീഷ് സർക്കാറിന്റെ Knighthood അവാർഡും, പ്രഥമ Millennium Technology Prize ഉം Common Wealth അവാർഡുമെല്ലാം ബെർണേർസ് ലീയെ തേടിയെത്തിയിട്ടുണ്ട്.

ലോകത്തെ മിക്ക കണ്ടുപിടുത്തങ്ങളും ഒന്നിലധികം വ്യക്തികളുടെ കൂട്ടായ്മയുടെ ഫലമായി ഉണ്ടായതാണ്. എന്നാൽ വേൾഡ് വൈഡ് വെബ് ബെർണേർസ് ലീയുടെ മാത്രം സൃഷ്ടിയാണ് എന്നതാണ് വിവര വിനിമയ വിപ്ലവചരിത്രത്തിൽ ലീയെ വ്യത്യസ്തനാക്കുന്നത്.

3

വെബ്സൈറ്റ് വിലാസം, നിർമ്മാണം

ഒരു വെബ്സൈറ്റിനെ ഇന്റർനെറ്റിലേക്ക് പ്രവേശിപ്പിക്കാൻ മൂന്നു പ്രധാന കാര്യങ്ങളാണ് ആവശ്യമുള്ളത്.

(1) നിലവിലുള്ള ഏതെങ്കിലും പാക്കേജുകളോ മറ്റോ ഉപയോഗിച്ച് വെബ് പേജുകൾ തയ്യാറാക്കുക.

(2) അംഗീകൃത സേവന ദാതാക്കളിൽനിന്നും ഡൊമൈൻ നാമം (വെബ്സൈറ്റ് വിലാസം) സമ്പാദിക്കുക.

(3) ഈ വെബ്സൈറ്റിനെ ഒരു സെർവറിൽ ഹോസ്റ്റ് ചെയ്യുക.

ഡൊമൈൻ നാമങ്ങൾ ആറ് വർഷം മുമ്പ് വരെ ഇന്റർനിക് (www. internic.net) എന്ന ഏജൻസി നേരിട്ടാണ് നൽകിവന്നിരുന്നതെങ്കിലും ഇപ്പോൾ ഒരുപാട് അംഗീകൃത ഏജൻസികൾക്ക് (റജിസ്ട്രാർമാർ) ഇതിനുള്ള അനുവാദം നൽകിയിട്ടുണ്ട്.

ഉദാഹരണത്തിന്, ഇപ്രകാരം വെബ്സൈറ്റ് വിലാസം നൽകുന്ന www. net4domains.com എന്ന കമ്പനിവഴി സൈറ്റ് റജിസ്റ്റർ ചെയ്യുന്നതിന് പ്രതിവർഷം 499 രൂപയാണ് ഇവർ ഈടാക്കുന്നത്.

ഡൊമൈൻ നാമം റജിസ്റ്റർ ചെയ്യാനുള്ള വെബ്സൈറ്റുകളിൽ പോയി ആദ്യം നാം ഉദ്ദേശിക്കുന്ന സൈറ്റ് വിലാസം അവരുടെ search ബട്ടണ് തൊട്ടുമുമ്പുള്ള കോളത്തിൽ നൽകണം. ഉദാ: abcd. അതിന് ശേഷം എക്സ്റ്റൻഷൻ (.com, .net, .org...) തിരഞ്ഞെടുത്ത് ക്ലിക്ക് ചെയ്യുമ്പോൾ സൈറ്റ് ആദ്യം പരിശോധിക്കുന്നത് നിങ്ങൾ റജിസ്റ്റർ ചെയ്യാനാഗ്രഹിക്കുന്ന വെബ്സൈറ്റ് നിലവിലുണ്ടോ എന്നാണ്. 'WHOIS' ഡേറ്റാബേസിലാണ് ഇപ്രകാരം പരിശോധിക്കുന്നത്.

സൈറ്റ് മുമ്പ് നിലവിലില്ലെങ്കിൽ Registrant ന്റെ കോളത്തിൽ

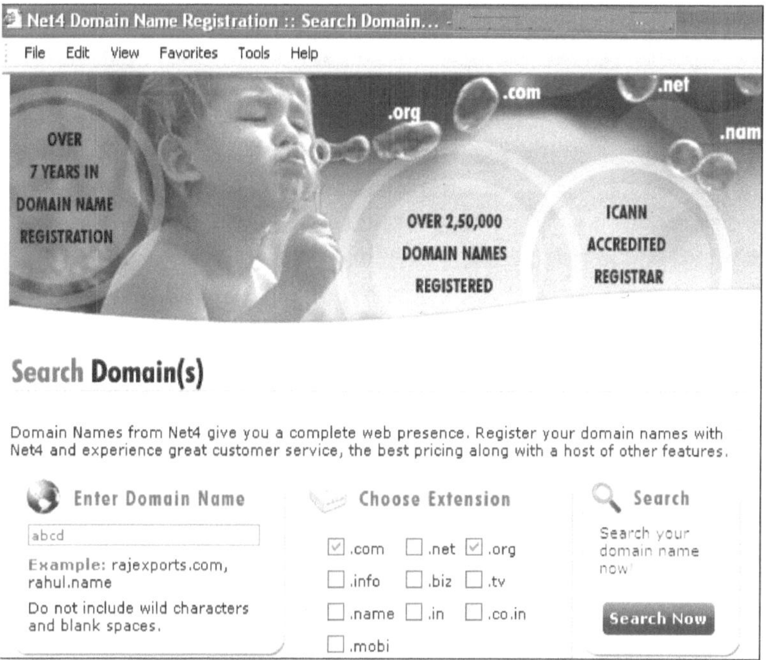

ഡൊമൈൻ നാമത്തിനുള്ള തിരച്ചിൽ

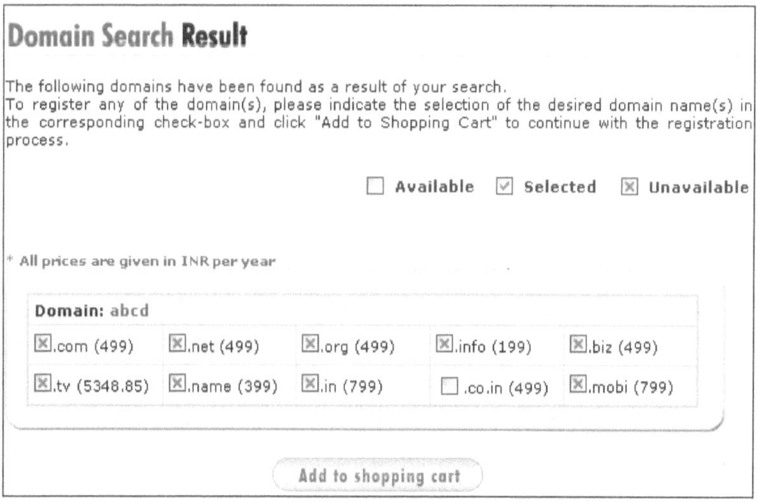

ഡൊമൈൻ നാമം ലഭ്യതയുടെ വിവരങ്ങൾ

വ്യക്തിയുടെ (സംഘടനയുടെ) പേര്, വിലാസം തുടങ്ങിയവ നൽകണം. സൈറ്റിന്റെ Admin, Technical, Billing അവകാശങ്ങൾ നമ്മിൽത്തന്നെ നിക്ഷിപ്തമാവാൻ തത്തുല്യമായ ബോക്സുകളിൽ ക്ലിക്ക് ചെയ്യുക.

നമ്മുടെ സൈറ്റ് വിലാസം ഏതെങ്കിലും സെർവറുകളിലേക്ക് മാറ്റാനോ, അല്ലെങ്കിൽ റജിസ്ട്രേഷൻ വിവരങ്ങൾ പുതുക്കാനോ അവശ്യം വേണ്ട പാസ്‌വേർഡും ഇ-മെയിൽ വിലാസവും സൂക്ഷിച്ചു നൽകണം. കാരണം തുടർ ഇടപാടുകളുടെ അറിയിപ്പ് ഇ-മെയിൽ വഴി മാത്രമായിരിക്കും എന്നോർക്കുക. Member login പേജുകൾ ലഭ്യമാക്കാനുള്ളതാക്കോലാണ് ഇ-മെയിൽ വിലാസവും പാസ്‌വേർഡും.

പ്രൈമറി, സെക്കന്ററി ഐപിയുടെ ഡിഎൻഎസും നിങ്ങൾ ഈ വിലാസത്തിലുള്ള സൈറ്റ് ഏത് സെർവറിൽ ഹോസ്റ്റ് ചെയ്യുന്നു എന്ന് കാണിക്കാനാണ്. സൈറ്റ് വിലാസം റജിസ്റ്റർ ചെയ്യുമ്പോൾ നൽകുന്ന ഈ വിവരങ്ങൾ പിന്നീട് സെർവർ തിരഞ്ഞെടുക്കുമ്പോൾ മാറ്റാവുന്നതാണ്.

ക്രെഡിറ്റ് കാർഡ് വഴി മാത്രമല്ല ചെക്കും ഡിഡിയുമായി പണമടക്കാനും ഇന്ന് മിക്ക സേവനദാതാക്കളും സൗകര്യമൊരുക്കുന്നുണ്ട്. പണമടച്ച ശേഷം 24 മണിക്കൂറെങ്കിലും കഴിഞ്ഞാലേ സൈറ്റ് വിലാസം പ്രാബല്യത്തിൽ വരൂ.

net4domains.com നെപ്പോലെത്തന്നെ പ്രതിവർഷം 200 രൂപ മുതൽക്കുള്ള നിരവധി പാക്കേജുകൾ ഇന്ന് ലഭ്യമാണ്. പക്ഷേ റജിസ്റ്റർ ചെയ്യുന്ന സൈറ്റിന്റെ വിശ്വാസ്യത പരിശോധിക്കേണ്ടതുണ്ട്. ചുരുക്കത്തിൽ കേവലം അരമണിക്കൂറിനുള്ളിൽ ഇന്ന് ആഗോളവിലാസം നേടാൻ സംവിധാനം റെഡിയായിക്കഴിഞ്ഞു.

ഇന്ത്യൻ ഡൊമൈൻ (ഡോട്ട് ഇൻ)

2005 ജനുവരി 1 വരെ .in ഡൊമൈനുകൾ നൽകാനുള്ള അവകാശം കേന്ദ്രസർക്കാറിനു കീഴിലുള്ള സിഡാക്കിന് (പഴയ NIST) ആയിരുന്നെങ്കിലും ഇപ്പോൾ നാഷനൽ ഇന്റർനെറ്റ് എക്സ്ചേഞ്ച് ഓഫ് ഇന്ത്യ (NIXI) യുടെ കീഴിലുള്ള ഐ എൻ റജിസ്ട്രി (In Registry) എന്ന പുതിയ സ്ഥാപനമാണ് ഇതിന്റെ മേൽനോട്ടം വഹിക്കുന്നത്. ഐ എൻ റജിസ്ട്രി നേരിട്ട് റജിസ്ട്രേഷൻ നടത്തില്ല. പകരം അംഗീകൃത റജിസ്ട്രാർമാർക്ക് ഇതിനുള്ള ചുമതല നൽകിയിട്ടുണ്ട്.

താൽപ്പര്യമുള്ള റജിസ്ട്രാറുടെ വെബ്സൈറ്റിലൂടെ (ഉദാ: www.mitsu.in, www.ascio.com, www.space2let.com എന്നിങ്ങനെ മുഴുവൻ ലിസ്റ്റും www.inregistry.in/accredited_registrars എന്ന പേജിൽ ലഭിക്കും.) ലഭിക്കുന്ന ആപ്ലിക്കേഷൻഫോമിൽ വിവരങ്ങൾ ഓൺലൈനായി നൽകണം.

co.in, org.in തുടങ്ങിയ ഡൊമൈനുകൾ ഇപ്രകാരം റജിസ്ട്രാർമാർ വഴി റജിസ്റ്റർ ചെയ്യാമെങ്കിലും gov.in (ഗവൺമെന്റ്), mil.in (മിലിറ്ററി) ഡൊമൈനുകളുടെ റജിസ്ട്രാർ നാഷനൽ ഇൻഫോർമാറ്റിക് സെന്റർ (എൻ ഐ സി) ആണ്. അതുപോലെ ac.in (അക്കാദമിക്), edu.in (എജ്യൂ

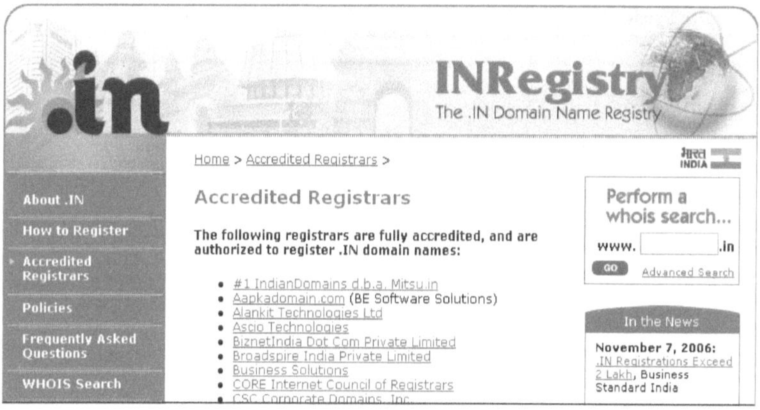

ഇൻരജിസ്ട്രിയുടെ വെബ്സൈറ്റ്

ക്കേഷൻ), rec.in (റിസേർച്ച്) എന്നീ ഡൊമൈനുകൾ എജ്യൂക്കേഷൻ & റിസേർച്ച് നെറ്റ്വർക്ക് (ERNET) കൈകാര്യം ചെയ്യും.

നിക്സി

സാധാരണ ഇന്ത്യയിൽ തൊട്ടടുത്ത സുഹൃത്തിനയക്കുന്ന ഇ-മെയിൽ സന്ദേശംപോലും അമേരിക്കയിലെ മെയിൽ സെർവറുകളിലൂടെയും മറ്റും സഞ്ചരിച്ചാണ് അവർക്ക് ലഭിക്കുന്നത്. ഇത് കൂടുതൽ അന്താരാഷ്ട്ര ബാൻഡ് വിഡ്ത്ത് അനാവശ്യമായി നാം ഉപയോഗിക്കേണ്ടതായി വരുന്നു. ചെലവ് കൂടുന്നു എന്നുമാത്രമല്ല സുരക്ഷിതത്വപ്രശ്നങ്ങളും ഇതുമൂലം സംഭവിച്ചേക്കാം. പലപ്പോഴും ആഭ്യന്തര സംവിധാനങ്ങളേക്കാൾ കാര്യക്ഷമത കൂടുതൽ ഇത്തരം വിദേശ സെർവറുകൾക്കായതുകൊണ്ടുകൂടിയാണ് നാം അമിതമായി ഇതിനെ ആശ്രയിക്കേണ്ടി വരുന്നത്. ഇതിന് ബദലായി അന്താരാഷ്ട്ര ബാൻഡ് വിത്തിന്റെ ഉപയോഗം കഴിയുന്നത്ര കുറച്ച് ആഭ്യന്തര ഡേറ്റാ ട്രാഫിക് മെച്ചപ്പെടുത്തി ഇന്ത്യയിൽത്തന്നെ വെബ്സെർവറുകൾ വ്യാപകമാക്കുക എന്ന ഉദ്ദേശ്യത്തോടുകൂടിയാണ് 2004 ജൂലൈ 1 മുതൽ നാഷണൽ ഇന്റർനെറ്റ് എക്സ്ചേഞ്ച് ഓഫ് ഇന്ത്യ (NIXI) പ്രവർത്തനം തുടങ്ങിയിട്ടുള്ളത്. ഡൽഹി, മുംബൈ, ചെന്നൈ, കൊൽക്കത്ത എന്നിങ്ങനെ നാല് സ്ഥലങ്ങളിൽ ഇതിന്റെ നോഡുകൾ പ്രവർത്തനം തുടങ്ങിക്കഴിഞ്ഞു. ബാംഗ്ലൂർ, ഹൈദരബാദ്, അഹമ്മദാബാദ്, ലഖ്നൗ, ഡെൽഹി, പഞ്ചാബ് എന്നീ സ്ഥലങ്ങളിലും ഉടനെ നെറ്റ്വർക്ക് ഓപ്പറേറ്റിംഗ് സെന്ററുകൾ പ്രവർത്തനസജ്ജമാകും. ഇന്ത്യയിലെ പ്രമുഖ ഇന്റർനെറ്റ് സേവന ദാതാക്കളും (ഐ എസ് പി) ഇതിൽ പങ്കാളിയായിട്ടുണ്ട്.

വെബ്പേജ് ഗൂഗിളിലൂടെ

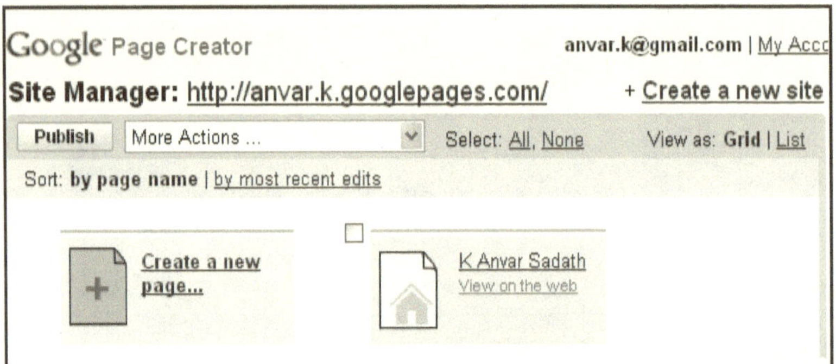

ഗൂഗിൾ വെബ്പേജ് നിർമാണം

സ്വന്തമായി വെബ്സൈറ്റ് തയ്യാറാക്കാൻ നിരവധി സൗജന്യ വെബ്സൈറ്റ് ദാതാക്കൾ ഇന്റർനെറ്റിൽ സജീവമാണെങ്കിലും സവിശേഷമായൊരു ഗൂഗിൾ ടച്ചോടെ അനായാസേന സൈറ്റ് നിർമ്മിക്കാൻ സഹായിക്കുന്ന സംവിധാനമാണ് 'ഗൂഗിൾ വെബ് പേജ് ക്രിയേറ്റർ'.

www.pages.google.com ൽ നിങ്ങളുടെ ജി-മെയിൽ വിലാസവും (ജി-മെയിൽ അക്കൗണ്ട് നിർബന്ധം) പാസ്‌വേർഡും നൽകുമ്പോൾ പേജ് നിർമ്മാണ പ്രക്രിയ തുടങ്ങുകയായി. http://yourgmailusername.googlepages.com എന്ന വിലാസത്തിൽ വെബിൽ പ്രസിദ്ധീകരിക്കുന്ന ഈ സൈറ്റിന്റെ നിർമ്മാണത്തിന് ഇന്റർനെറ്റ് എക്സ്പ്ലോറർ 6.0-ാം പതിപ്പോ ഫയർഫോക്സ് 1.0-ാം പതിപ്പോ ചുരുങ്ങിയത് ആവശ്യമാണ്.

പേജ്ക്രിയേറ്ററിനകത്ത് നമുക്ക് ലഭിക്കുന്ന പേജിൽ ഒരു വേർഡ്

വെബ്പേജുകൾ തയ്യാറാക്കപ്പെടുന്നു

ഡോക്യുമെന്റിൽ പ്രവർത്തിക്കുന്ന ലാഘവത്തോടെ വെബ്പേജുകൾ തയ്യാറാക്കാം. ഫോണ്ടുകൾ മാറ്റാനും ചിത്രങ്ങൾ ചേർക്കാനും ലിങ്കുകൾ നൽകാനും ഇടതുവശത്തെ ടൂൾബാർ ഉപയോഗിക്കാം. ടെംപ്ലേറ്റ് രൂപത്തിലുള്ള ടെക്സ്റ്റ് ബോക്സിൽ വിവരങ്ങൾ നൽകാം. ശേഷം 'പബ്ലിഷ്' ബട്ടൺ ക്ലിക്ക് ചെയ്യുന്നതോടെ നമ്മെക്കുറിച്ചുള്ള വിവരങ്ങൾ ആഗോളവലയിൽ പ്രവേശിക്കുകയായി. Change Look വഴി ലഭ്യമായ ടെംപ്ലേറ്റുകളിൽനിന്ന് ഇഷ്ടപ്പെട്ട രൂപം തിരഞ്ഞെടുക്കാം. Change Layout ലൂടെ ലേഔട്ട് മാറ്റാം.

പുതിയ പേജുകൾ നിർമ്മിക്കാൻ Create New ലിങ്ക് ക്ലിക്ക് ചെയ്ത് പേജിന്റെ പേര് നൽകിയാൽ മതി. ഈ സൈറ്റ് സാധാരണ സേർച്ച് എൻജിൻ വഴി അന്വേഷിച്ചു കണ്ടെത്താം. പേജുകളിൽ ആവശ്യമായ മാറ്റം (എഡിറ്റിംഗ്) എപ്പോൾ വേണമെങ്കിലും page editor ഉപയോഗിച്ച് നടത്താം. അപ്‌ലോഡ് ചെയ്യുന്ന ഫയലുകളുൾപ്പെടെ 100 മെഗാബൈറ്റ് സ്പേസാണ് ഗൂഗിൾ വാഗ്ദാനം ചെയ്യുന്നത്. പേജ് മാനേജറിലെ ചെക്ബോക്സുകൾ ഉപയോഗിച്ച് തിരഞ്ഞെടുത്ത പേജുകൾ മാത്രം 'publish' ചെയ്യാം. പബ്ലിഷ് ചെയ്തതിനുശേഷം മാത്രമേ തയ്യാറാക്കിയ പേജുകൾ വെബിൽ പ്രത്യക്ഷപ്പെടൂ. ഇനി വെബിൽ പ്രസിദ്ധീകരിച്ച ഏതെങ്കിലും പേജുകൾ ആവശ്യമില്ലെങ്കിൽ More Action മെനുവിലെ Unpublish ഉപയോഗിച്ച് എടുത്തുമാറ്റാം.

നെറ്റിലെ ഗുഗോളവൽക്കരണം വാഗ്ദാനംചെയ്യുന്ന സാധ്യതകളിൽ ഒന്നു മാത്രമാണ് വെബ്പേജ് ക്രിയേറ്റർ.

4

ഇ-മെയിൽ

ഇലക്ട്രോണിക്‌രൂപത്തിൽ (കമ്പ്യൂട്ടറിന് മനസ്സിലാകുന്ന രൂപത്തിൽ) വിവരക്കൈമാറ്റം നടത്താൻ കഴിയുന്ന ഇലക്ട്രോണിക് മെയിൽ അഥവാ ഇ-മെയിൽ ആണ് ഇന്റർനെറ്റിലെ ഏറ്റവും പ്രചാരമുള്ള സേവനം. ഇ-മെയിലിന്റെ പ്രധാന ഘടകമാണ് ഇ-മെയിൽ വിലാസം (E-mail Address). ഇ-മെയിൽ വിലാസങ്ങൾ നിശ്ചയിക്കുന്ന രീതിക്ക് നമ്മുടെ സാധാരണ തപാൽ വിലാസങ്ങളോട് ഏറെക്കുറെ സാമ്യമുണ്ട്. തപാലിലെ പേര്, വീട്ടുപേര്, പോസ്റ്റ് ഓഫീസ്... എന്ന രീതിക്കു പകരം ഇ-മെയിൽ വിലാസങ്ങളിൽ ഉപയോക്താവിന്റെ പേര്, ഹോസ്റ്റിന്റെ (കമ്പ്യൂട്ടറിന്റെ) പേര്, ഡൊമൈൻ എന്നിങ്ങനെയാണ്. ഉദാഹരണത്തിന് info@e-krishi.org എന്ന ഇ-മെയിൽ വിലാസം നോക്കുക. ഇവിടെ @

ഇ-മെയിൽ പ്രവർത്തനരീതി

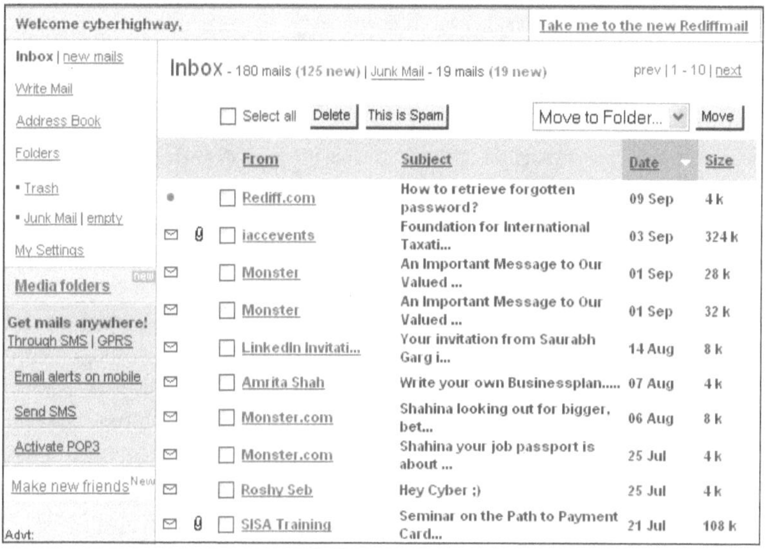

ഇ-മെയിൽ ബോക്സ് തുറക്കുന്നു (ഇൻ-ബോക്സ്)

('അറ്റ്'), '.' (ഡോട്ട്) എന്നീ ചിഹ്നങ്ങളാണ് ഉപയോക്താവിന്റെയും സെർവർ കമ്പ്യൂട്ടറിന്റെയും പേരുകൾ വേർതിരിക്കാൻ ഉപയോഗിക്കുന്നത്. .org എന്ന അവസാനഭാഗമാണ് ഡൊമൈൻ.

സൗജന്യ ഇ-മെയിൽ സേവനദാതാക്കളായ www.google.com, www.rediff.com, www.yahoo.com, www.hotmail.com എന്നിവരുടെ സൈറ്റുകളിൽനിന്ന് നമുക്ക് ഇ-മെയിൽ വിലാസങ്ങൾ സമ്പാദിക്കാം. ഇത്തരം സൈറ്റുകളിൽ പ്രവേശിച്ചശേഷം New User? Sign Up തുടങ്ങിയ ലിങ്കുകളിൽ ക്ലിക്ക് ചെയ്യുമ്പോൾ ലഭിക്കുന്ന റജിസ്ട്രേഷൻ ഫോറം കമ്പ്യൂട്ടറിലൂടെ (ഓൺലൈൻ) പൂരിപ്പിക്കേണ്ടതുണ്ട്. ഇവിടെ പേരിന്റെ ലഭ്യതയനുസരിച്ച് നമുക്കിഷ്ടമുള്ള (മുമ്പാരും എടുക്കാത്ത) യൂസർ നാമം തിരഞ്ഞെടുക്കാം. ഈ യൂസർ നാമമാണ് (ഉദാഹരണത്തിന് www.gmail.com ൽ anvar.k) പിന്നീട് നമ്മുടെ ഇ-മെയിൽ വിലാസമായി (anvar.k@gmail.com) മാറുന്നത്. റജിസ്റ്റർ ചെയ്യുമ്പോൾ നമ്മുടെ ഇലക്ട്രോണിക് എഴുത്തുപെട്ടി തുറക്കാനുള്ള രഹസ്യതാക്കോൽ ആയ 'പാസ്‌വേർഡും' തിരഞ്ഞെടുക്കണം. പാസ്‌വേർഡുകൾ മറ്റാരുടെയെങ്കിലും കയ്യിലെത്തുന്നത് നമ്മുടെ വീടിന്റെ താക്കോൽ അപരിചിതർക്ക് നൽകുന്നതുപോലെ അപകടകരമാണ് - അതിനാൽ പെട്ടെന്ന് ഊഹിക്കാൻ കഴിയാത്ത വാക്കുകളും അക്കങ്ങളും കൂടിച്ചേർന്ന പാസ്‌വേർഡ് തിരഞ്ഞെടുക്കാൻ ശ്രദ്ധിക്കണം. ഇത് കൂടെക്കൂടെ മാറ്റുന്നതും നല്ലതാണ്.

ഇപ്രകാരം സമ്പാദിച്ച യൂസർ നാമവും പാസ്‌വേർഡും ഉപയോഗിച്ചാണ് നമ്മുടെ 'ഇ-മെയിൽ പെട്ടി' തുറക്കുന്നത്. ഉടൻ നമുക്കുള്ള കത്തുകൾ ഒന്നൊന്നായി Inbox ൽ പ്രത്യക്ഷപ്പെടും. അയച്ച ആളുടെ വിലാസം (From), തീയതി, വിഷയം, സന്ദേശത്തിന്റെ വലുപ്പം എന്നിവയും ഓരോ 'കത്തിന്റേയും' നേരെ കാണാം. ലഭിക്കുന്ന കത്തിന് ഉടനെ മറുപടി അയക്കാനും (Reply) അല്ലെങ്കിൽ പിന്നീട് compose ലിങ്കിലൂടെ പുതിയൊരു സന്ദേശം എഴുതാനും സൗകര്യമുണ്ട്. ആവശ്യമില്ലാത്ത സന്ദേശങ്ങൾ വായിക്കുന്നതിനു മുമ്പുതന്നെ ഇൻബോക്സിൽനിന്ന് 'Delete' ചെയ്യാം. പുതിയ സന്ദേശമെഴുതുമ്പോൾ To എന്ന ഭാഗത്ത് അയക്കേണ്ട ആളുടെ വിലാസവും (ഒന്നിലധികം പേർക്കാണെങ്കിൽ കോമയിട്ട് വേർതിരിച്ച്) "Cc" ഭാഗത്ത് ഇതിന്റെ പകർപ്പ് അയക്കേണ്ട വിലാസങ്ങളും എഴുതാം. സ്വീകർത്താവിന് സന്ദേശം ആർക്കൊക്കെ അയച്ചിട്ടുണ്ട് എന്നറിയേണ്ടതില്ലെങ്കിൽ bcc (blind carbon copy) ഭാഗത്ത് വിലാസം നൽകാം. വിലാസം നൽകി സന്ദേശം ടൈപ്പ് ചെയ്ത് "send" ബട്ടൺ ക്ലിക്ക് ചെയ്താൽ ഞൊടിയിടയ്ക്കുള്ളിൽ സ്വീകർത്താവിനെ ലക്ഷ്യമാക്കി നമ്മുടെ ഇ-മെയിൽ പറക്കുകയായി. സ്ഥിരമായി ബന്ധപ്പെടുന്നവരുടെ ഇ-മെയിൽ വിലാസങ്ങൾ Address Book ലോ Contacts ലോ സൂക്ഷിച്ചുവെക്കാം. ഇനി അക്ഷരങ്ങൾക്ക് പുറമെ ചിത്രങ്ങളും ഓഡിയോ-വീഡിയോ ക്ലിപ്പുകളും ഇ-മെയിൽ സന്ദേശത്തിന്റെകൂടെ അയയ്ക്കാൻ Attachment ലിങ്ക് വഴി അവ തിരഞ്ഞെടുത്ത് അയക്കാനും എല്ലാ ഇ-മെയിൽ സേവനദാതാക്കളും സൗകര്യമേർപ്പെടുത്തിയിട്ടുണ്ട്.

വളരെ വൈവിദ്ധ്യപൂർണ്ണമായ സേവനങ്ങൾ ഇ-മെയിൽ വഴി ലഭി

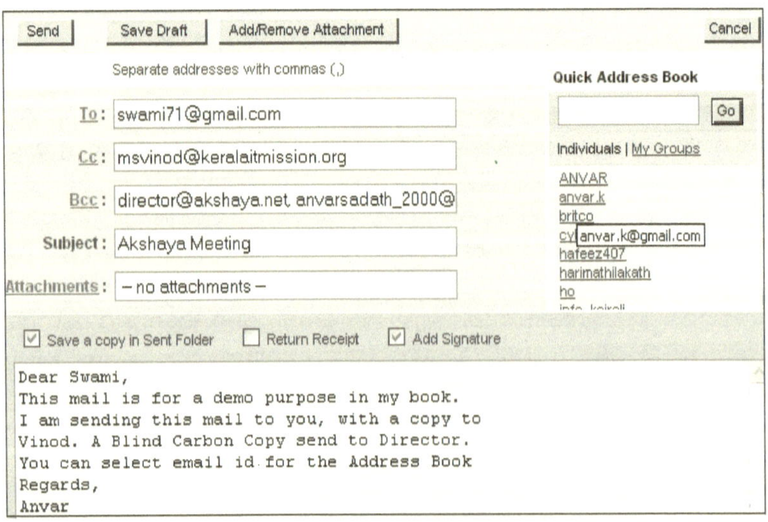

പുതിയ മെയിലുകൾ അയയ്ക്കാൻ

ക്കുന്നുണ്ട്. നമ്മുടെ തപാൽവിലാസത്തിലും ടെലഫോൺ നമ്പറിലുമെല്ലാം നമ്മെ ബന്ധപ്പെടാൻ ശ്രമിക്കുന്നവർക്ക് ആ സ്ഥലത്ത് അല്ലെങ്കിൽ ആ ടെലഫോൺ നമ്പറിൽ നമ്മൾ ലഭ്യമാണെങ്കിൽ മാത്രമല്ലേ ആ സന്ദേശം നമുക്ക് ലഭിക്കുന്നത്? എന്നാൽ ഇ-മെയിൽ വിലാസം ഒരു ആഗോള വിലാസമാണ്. ലോകത്തിന്റെ ഏത് ഭാഗത്തുനിന്നും ഇന്റർനെറ്റ് കണക്ഷനുള്ള ഉപകരണങ്ങളിലൂടെ (കമ്പ്യൂട്ടർ, ടെലിവിഷൻ, സെൽ ഫോൺ...) നമുക്ക് നമ്മുടെ ഇ-മെയിൽ ബോക്സ് പരിശോധിക്കാം. സന്ദേശങ്ങൾ വായിക്കാം. മറുപടി നൽകാം. മറ്റു ഇന്റർനെറ്റ് സേവനങ്ങൾപോലെത്തന്നെ ഇ-മെയിൽ സന്ദേശങ്ങൾ അയയ്ക്കുന്നതിനും (തിരുവനന്തപുരത്തുനിന്ന് കോഴിക്കോട്ടേക്ക് ആയാലും, ചെന്നൈയിലേക്കായാലും, അമേരിക്കയിലേക്കായാലുമെല്ലാം) വെറും ലോക്കൽ ടെലഫോൺ ചാർജിന്റെ ചെലവേ വരുന്നുള്ളൂ എന്നതാണ് മറ്റൊരു പ്രത്യേകത. അതുപോലെത്തന്നെ ഒരൊറ്റ Send ക്ലിക്കിൽ ഒരുപാടുപേർക്ക് (അവരുടെയെല്ലാം ഇ-മെയിൽ വിലാസം നൽകി) അയയ്ക്കാനും ഇ-മെയിൽ വഴി സാധ്യമാകും.

ഇനി അൽപ്പം സാങ്കേതികവശങ്ങളിലേക്ക്: ഇന്റർനെറ്റിൽ ഏറ്റവും കൂടുതൽ പ്രയോജനപ്പെടുത്തുന്ന സേവനമായ ഇ-മെയിൽ പ്രവർത്തിക്കുന്നതും വേൾഡ് വൈഡ് വെബിന്റെ അധ്യായത്തിൽ സൂചിപ്പിച്ചതുപോലെ ക്ലയന്റ്-സെർവർ രീതിയിലാണ്. അതായത് വലിയ സെർവർ കമ്പ്യൂട്ടറുകളാണ് (google.com, yahoo.com) ഇതിനുള്ള വാഹകസംവിധാനം ഒരുക്കുന്നത്. നമ്മുടെ കമ്പ്യൂട്ടറുകൾ (ക്ലയന്റ് കമ്പ്യൂട്ടറുകൾ) ഈ സേവനം പ്രയോജനപ്പെടുത്തിക്കൊണ്ടിരിക്കുന്നു. ഇപ്രകാരം ഉപയോക്താവിന്റെ കമ്പ്യൂട്ടറിൽനിന്ന് സെർവറിലേക്ക് സന്ദേശങ്ങൾ അയക്കാൻ സഹായിക്കുന്ന പ്രോട്ടോക്കോളാണ് SMTP (Simple Mail Transfer Protocol). അയയ്ക്കുന്ന ആളും സ്വീകർത്താവും ഒരേസമയം തയ്യാറാണെങ്കിൽ മാത്രമേ SMTP ഉപയോഗിക്കാറുള്ളൂ. ഇനി സ്വീകർത്താവിന്റെ കമ്പ്യൂട്ടർ സ്ഥിരമായി ഇന്റർനെറ്റുമായി ബന്ധിപ്പിക്കാതെ, ഇടക്കിടക്ക് തൊട്ടടുത്ത ഐ എസ് പി യുമായി ബന്ധം സ്ഥാപിക്കുന്ന പ്രകൃതമാണെങ്കിൽ ഐ എസ് പികളിൽ സന്ദേശങ്ങൾ സൂക്ഷി

ഇന്റർനെറ്റ് കണക്ഷനുള്ള നമ്മുടെ കമ്പ്യൂട്ടർ ഓഫായി എന്നുവെച്ച് നമുക്കയയ്ക്കുന്ന ഇ-മെയിൽ സന്ദേശങ്ങൾ നഷ്ടപ്പെടില്ല. ശൃംഖലകളുടെ ശൃംഖലയായ ഇന്റർനെറ്റിൽ ഇ-മെയിൽ സേവനദാതാവിന്റെ കമ്പ്യൂട്ടറിൽ സന്ദേശം കിടപ്പുണ്ടാകും. നമ്മൾ എപ്പോൾ വെബ്സൈറ്റിൽ പോയി ഇ-മെയിൽ പരിശോധിക്കുന്നുവോ അപ്പോൾ സേവനദാതാവിന്റെ കമ്പ്യൂട്ടറിൽനിന്നും സന്ദേശം നമ്മുടെ കമ്പ്യൂട്ടറിലെത്തുകയായി. അതായത് യഥാർത്ഥത്തിൽ ഇ-മെയിൽ സേവന ദാതാവിന്റെ (gmail, yahoo...) സെർവർ കമ്പ്യൂട്ടറിലാണ് ഇ-മെയിൽ സന്ദേശങ്ങൾ സൂക്ഷിക്കുന്നത്.

ക്കാനായി ഒരു 'പോസ്റ്റ് ബോക്സ്' ആവശ്യമായി വരും. സ്വീകർത്താവ് ഐ എസ് പി യുമായി ബന്ധം സ്ഥാപിക്കുന്ന സമയത്ത് സന്ദേശങ്ങൾ സ്വീകരിക്കാൻ സഹായിക്കുന്ന നിബന്ധനയാണ് POP (Post Office Protocol), വ്യക്തിഗത ഉപയോക്താക്കൾക്ക് ഇ-മെയിൽ സന്ദേശങ്ങൾ കൈകാര്യംചെയ്യാൻ സഹായിക്കുന്ന Eudora, Outlook Express തുടങ്ങിയ ഇ-മെയിൽ ക്ലയന്റ് പ്രോഗ്രാമുകളും ഇന്ന് വ്യാപകമായിട്ടുണ്ട്. Outlook Express പോലുള്ള പ്രോഗ്രാമുകൾ ഉപയോഗിച്ച് നമുക്ക് ബ്രൗസറുകൾ ഉപയോഗിക്കാതെതന്നെ (ഇ-മെയിൽ വെബ്സൈറ്റുകളിൽ പോകാതെ) സന്ദേശങ്ങൾ സ്വീകരിക്കാനും, ചിത്രങ്ങളുൾപ്പെടെയുള്ള സന്ദേശങ്ങൾ അയക്കാനുമെല്ലാം അനായാസേന കഴിയുന്നുണ്ട്.

വേൾഡ് വൈഡ് വെബിനു മുമ്പുള്ള ഇന്റർനെറ്റിന്റെ കഥ പറഞ്ഞ പോലെത്തന്നെ ഇ-മെയിൽ സന്ദേശങ്ങളും ആദ്യകാലത്ത് വെറും അക്ഷരങ്ങൾ (text) മാത്രമായിരുന്നു. എന്നാൽ ഇന്ന് കാണുന്നവിധം അക്ഷരങ്ങളോടൊപ്പം ചിത്രം, ശബ്ദം, ഡേറ്റ, വീഡിയോ എല്ലാം നമുക്ക് അറ്റാച്ച്മെന്റായി അയക്കാൻ സാധിക്കുന്നത് MIME (Multipurpose Internet Mail Extensions) സാങ്കേതികവിദ്യയുടെ ആവിർഭാവത്തോടെയാണ്.

ഗ്രൂപ്പ് മെയിലുകൾ

ഒരു ഇ-മെയിൽ സന്ദേശം ഒരുപാടു പേർക്ക് അയക്കാൻ Compose പേജിലെ To ഭാഗത്ത് എല്ലാവരുടേയും ഇ-മെയിൽ വിലാസം കോമയിട്ട് വേർതിരിച്ചാണ് സാധാരണ നൽകാറുള്ളത്. എന്നാൽ പൊതുവായ ഒരൊറ്റ വിലാസത്തിൽ ആ ഗ്രൂപ്പിലുള്ള എല്ലാവർക്കും സന്ദേശങ്ങൾ ലഭിക്കാനും തിരിച്ചയയ്ക്കുന്ന മറുപടികൾ എല്ലാവർക്കും ലഭിക്കാനും സംവിധാനം 'ഗ്രൂപ്പ് മെയിലുകൾ' ലഭ്യമാക്കുന്നുണ്ട്. ലോകത്തിന്റെ വിവിധ

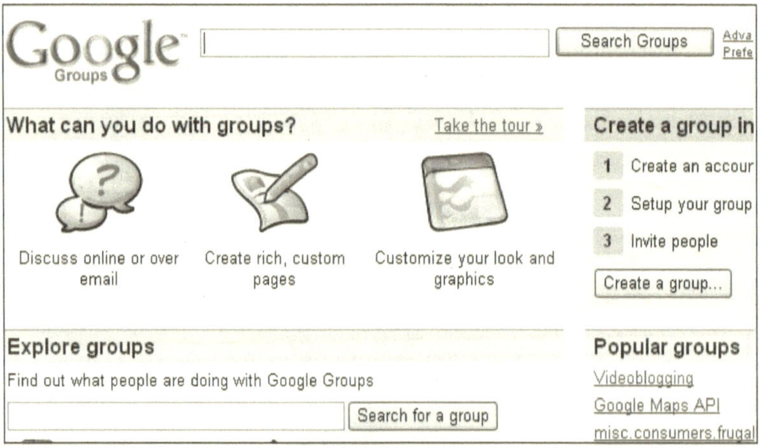

ഗൂഗിൾ ഗ്രൂപ്പ്

യാഹൂ ഗ്രൂപ്പ് നിർമ്മാണം തുടക്കം

ഭാഗങ്ങളിൽ ചിതറിക്കിടക്കുന്ന സുഹൃത്തുക്കൾക്ക് പരസ്പര വിനിമയം നടത്താനും വ്യത്യസ്ത വിഭാഗങ്ങളുമായി ആശയം പങ്കുവെയ്ക്കാനും ഗ്രൂപ്പ് മെയിലുകൾ ഇന്ന് വ്യാപകമായി ഉപയോഗിക്കുന്നുണ്ട്.

www.yahoogroups.com, www.googlegroups.com എന്നിങ്ങനെ പുതിയ ഗ്രൂപ്പ് മെയിലുകൾ തുടങ്ങാൻ സഹായിക്കുന്ന നിരവധി പോർട്ടലുകൾ ഇന്റർനെറ്റിലുണ്ട്. ഗ്രൂപ്പിൽ ആവശ്യമില്ലാത്തവർ പ്രവേശിക്കുന്നതു തടയാൻ അതിന്റെ 'മോഡറേറ്റർ' ക്ഷണിക്കുന്നവർക്ക് മാത്രമേ അംഗങ്ങളാകാനാകൂ. ഇത്തരം മോഡറേറ്റർമാരയയ്ക്കുന്ന ക്ഷണം നാം അംഗീകരിച്ചാൽ നാമും ആ ഗ്രൂപ്പിലെ അംഗമായി. ക്ഷണം നിരസിക്കാ

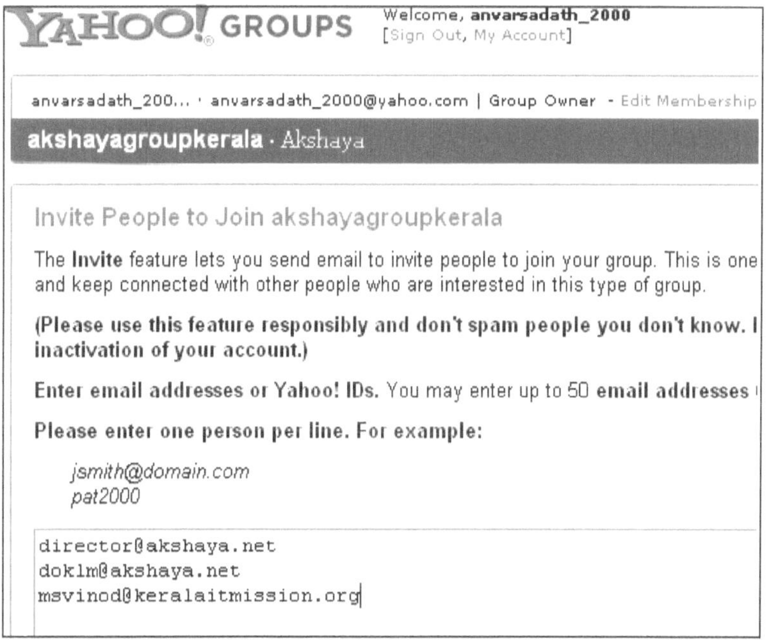

യാഹൂ ഗ്രൂപ്പ് നിർമ്മാണം - അംഗങ്ങളെ ഉൾപ്പെടുത്തൽ

നും, ഒരിക്കൽ അംഗമായിക്കഴിഞ്ഞാൽ പിന്നീട് ഗ്രൂപ്പിൽനിന്ന് പുറത്തു വരാനും നമുക്ക് അധികാരമുണ്ട്.

ഉദാഹരണത്തിന് യാഹൂവിൽ പുതിയൊരു ഗ്രൂപ്പ് തുടങ്ങാൻ www.yahoogroups.com ഹോംപേജിലെ Start your groups ക്ലിക്ക് ചെയ്താൽ മതി. തുടർന്ന് ഒന്നൊന്നായി ലഭിക്കുന്ന സ്ക്രീനുകളിൽ എങ്ങനെ റജിസ്റ്റർ ചെയ്യണം എന്ന് ലളിതമായി വിവരിക്കുന്നുണ്ട്. നിങ്ങൾക്കിഷ്ടപ്പെട്ട ഗ്രൂപ്പ് നാമം (ലഭ്യതയ്ക്കനുസരിച്ച്), ഗ്രൂപ്പിലെ സന്ദേശങ്ങൾ മോഡറേറ്റർ പരിശോധിക്കേണ്ട വിഭാഗത്തിലോ, ഇത് ഏത് വിഭാഗത്തിൽ (ബിസിനസ്, ഐ ടി, സംസ്കാരം...) പെടുന്നു എന്നെല്ലാം നൽകിയതിനു ശേഷമാണ് ആ ഗ്രൂപ്പിൽ ഉൾപ്പെടുത്തേണ്ടവരുടെ ഇ-മെയിൽ വിലാസങ്ങൾ ഒന്നിനുതാഴെ ഒന്നായി നൽകേണ്ടത്.

ഗ്രൂപ്പിൽ പേരുൾപ്പെടുത്തിയ വിവരം അംഗങ്ങളെ അറിയിക്കാനും, അവരുടെ അനുവാദം ഉറപ്പിക്കാനും ഇതോടൊപ്പം സംവിധാനമുണ്ട്. യാഹു ഗ്രൂപ്പിൽ തുടക്കത്തിൽ പരമാവധി 50 ഇ-മെയിൽ വിലാസങ്ങൾ മാത്രമേ നൽകാനാകൂവെങ്കിലും പിന്നീടത് കൂട്ടാം. ഇങ്ങനെ ഒരു ഗ്രൂപ്പ് രൂപപ്പെട്ടു കഴിഞ്ഞാൽ (ഉദാ: akshayagroupkerala@yahoogroups.com) ഈ വിലാസത്തിൽ അയയ്ക്കുന്ന ഇ-മെയിൽ സന്ദേശങ്ങൾ ഗ്രൂപ്പിൽ പേരുൾപ്പെടുത്തിയിട്ടുള്ള അംഗങ്ങൾക്കെല്ലാം ലഭിക്കും. ഫോട്ടോ ആൽബം പങ്കുവെക്കാനും ചാറ്റ് നടത്താനുമെല്ലാമുള്ള സംവിധാനത്തിനു പുറമെ ഗ്രൂപ്പിനു പ്രത്യേകമായി ഒരു ഹോംപേജും ഇവിടെ തയ്യാറാക്കാവുന്നതാണ്. ഗ്രൂപ്പിലുള്ള അംഗത്തെ ഒഴിവാക്കാനും പുതിയ ആളെ ചേർക്കാനും, വേണമെങ്കിൽ സന്ദേശങ്ങൾ 'സെൻസർ' ചെയ്യാനുമെല്ലാമുള്ള അധികാരം ഗ്രൂപ്പിന്റെ പാസ്‌വേർഡ് കൈവശം വെച്ചിട്ടുള്ള മോഡറേറ്റർക്ക് തന്നെയാണ്. യാഹൂ ഗ്രൂപ്പിന് സമാനമായ ഗ്രൂപ്പ് നിർമ്മാണ രീതിയാണ് ഗൂഗിൾ ഗ്രൂപ്പിനുമുള്ളത്.

5

ചാറ്റിംഗ്

ഇ-മെയിൽ പോലെതന്നെ ഇന്റർനെറ്റുവഴി ആശയവിനിമയം നടത്തുന്നതിനുള്ള മറ്റൊരു ഉപാധിയാണ് ഇന്റർനെറ്റ് ചാറ്റുകൾ. ടെലഫോൺ വഴി സംസാരിക്കുന്നതുപോലെ chat വഴി വിവരങ്ങൾ കൈമാറാം. സാധാരണ കമ്പ്യൂട്ടറിന്റെ കീബോർഡിലൂടെ ടൈപ്പ് ചെയ്യുന്ന സന്ദേശങ്ങളാണ് ഇങ്ങനെ കൈമാറാറുള്ളതെങ്കിലും ടെലഫോൺ സംഭാഷണംപോലെ ഇന്റർനെറ്റ് സൈറ്റുകൾ വഴി തത്സമയ സംഭാഷണത്തിന് സഹായിക്കുന്ന 'വോയ്സ് ചാറ്റുകളും' ഇന്ന് വ്യാപകമാണ്. ഇ-മെയിൽ സേവനംപോലെ ചാറ്റ് സൗകര്യം നൽകുന്ന വെബ്സൈറ്റുകളിൽനിന്നും ചാറ്റ് അക്കൗണ്ടുകൾ സൗജന്യമായി എടുക്കാവുന്നതാണ്. ഇ-മെയിലിൽനിന്നും ചാറ്റിനുള്ള പ്രധാന വ്യത്യാസം ചാറ്റു ചെയ്യുന്ന സമയത്ത് അത് സ്വീകരിക്കേണ്ട വ്യക്തിയും ഇന്റർനെറ്റുമായി (ചാറ്റ് ചെയ്യാനുപയോഗിക്കുന്ന അതേ വെബ്സൈറ്റുമായി) ബന്ധം സ്ഥാപിച്ചിരിക്കണമെന്നതാണ്. ഇ-മെയിലിലാകട്ടെ സ്വീകർത്താവിന് ഏതു സമയത്തും വെബ്സൈറ്റുമായി ബന്ധപ്പെട്ട് മെയിൽ സ്വീകരിക്കാവുന്നതാണ്.

വ്യത്യസ്ത ഭൂഖണ്ഡങ്ങളിലേയും പ്രദേശങ്ങളിലേയും വ്യക്തികൾ പൊതുവായ 'ചാറ്റ് സെർവറുകളിലേക്ക്' ലോഗിൻ ചെയ്ത് പ്രവേശിച്ച് കീബോർഡു വഴി തത്സമയ വിനിമയം നടത്തുന്ന സംവിധാനമായ ചാറ്റിംഗിന് അടിസ്ഥാനപരമായി മൂന്നു ശൈലികളുണ്ട്.

1. ഇന്റർനെറ്റ് റിലേ ചാറ്റ് (IRC)

പതിനായിരക്കണക്കിന് തത്സമയ ഉപയോക്താക്കൾ പങ്കെടുക്കുന്ന ചാറ്റ് സംവിധാനത്തിൽ, ആളുകൾക്ക് അവരുടെ അഭിരുചിക്കനുസരിച്ച്

(കല, രാഷ്ട്രീയം, സാമ്പത്തികം, സാമൂഹ്യം, സാങ്കേതികം, വിനോദം...) പ്രവേശിക്കാനായി വ്യത്യസ്ത ചാനലുകൾ (ചാറ്റ് റൂമുകൾ) സജീവമായിരിക്കും. പൊതുവെ കുറച്ചുകൂടി ഗൗരവമുള്ള വിഷയങ്ങൾ കൈകാര്യം ചെയ്യുന്ന സംവിധാനമാണ് IRC. ഇതിനായി പ്രത്യേകം ചാറ്റ് സെർവറുകൾ (dedicated chat servers) തന്നെ ഒരുക്കിയിട്ടുണ്ട്. ആദ്യം സൂചിപ്പിച്ചപോലെ നിങ്ങൾക്ക് പ്രത്യേക താൽപ്പര്യമുള്ള ചാറ്റ് റൂമുകളിലേക്ക്

> ഏതു വെബ്സൈറ്റിൽ പോയി ഇ-മെയിൽ വിലാസം സമ്പാദിച്ചാലും പരസ്പരം ഇ-മെയിൽ സന്ദേശങ്ങൾ കൈമാറാൻ കഴിയും. എന്നാൽ ചാറ്റിംഗിനും, ഇൻസ്റ്റന്റ് മെസേജിംഗിനും സംഭാഷണം നടത്തുന്നവരെല്ലാം അതേ ചാറ്റ് റൂമുകൾ അഥവാ മെസൻജറുകൾ തന്നെ ഉപയോഗിക്കണം. ഉദാ: yahoo chat< --> Rediff chat, yahoo messenger< - > MSN messenger വിനിമയം സാധ്യമല്ല.

പ്രവേശിക്കുകയോ അല്ലെങ്കിൽ പുതിയ ഒരു ചാനലിന് തുടക്കമിടുകയോ ചെയ്യാം.

IRC വഴി ചാറ്റ് ചെയ്യാനായി നിങ്ങളുടെ കമ്പ്യൂട്ടറിൽ ചാറ്റ് ക്ലയന്റ് സോഫ്റ്റ്‌വെയർ ഇൻസ്റ്റാൾ ചെയ്യണം. ഇത് സൈറ്റിൽനിന്നും സൗജന്യമായി ഡൗൺലോഡ് ചെയ്യാവുന്നതാണ്. പെഴ്സനൽ കമ്പ്യൂട്ടറിന് സാധാരണ ഉപയോഗിക്കുന്ന ഒരു ചാറ്റ് ക്ലയന്റാണ് mIRC. നിങ്ങൾ IRC ചാറ്റ് റൂമിൽനിന്നും ഒരു സന്ദേശം അയയ്ക്കുമ്പോൾ നിങ്ങളുടെ തൊട്ടടുത്തുള്ള സെർവർ, ഈ സന്ദേശത്തെ ആ IRC ശൃംഖലയുടെ ഭാഗമായ എല്ലാ സെർവറുകളിലേക്കും എത്തിക്കുന്നു. അതുകൊണ്ടുതന്നെ ആ സമയത്ത് നിങ്ങളുടെ അതേ റൂമിൽ (ചാനലിൽ) എത്തിയിട്ടുള്ള എല്ലാവർക്കും ആ സന്ദേശം വായിക്കാൻ കഴിയുന്നു.

2. വെബ്ബധിഷ്ഠിത ചാറ്റുകൾ

ഇന്ന് ഏറ്റവും കൂടുതൽ പ്രയോജനപ്പെടുത്തുന്ന ചാറ്റ് സംവിധാനം വിവിധ പോർട്ടലുകളിൽനിന്നും വെബ്സൈറ്റുകളിലും പ്രത്യക്ഷപ്പെടുന്ന ചാറ്റ് റൂമുകളാണ്. ചാറ്റ് ചെയ്യാനുദ്ദേശിക്കുന്ന സൈറ്റിൽ (www.yahoo.com, www.rediff.com, www.123india.com, www.sify.com) പോയി ആ സൈറ്റിൽ നമുക്ക് അക്കൗണ്ടില്ലെങ്കിൽ ആദ്യം ഒരു ലോഗിൻ നാമവും പാസ്‌വേർഡും സൗജന്യമായി രജിസ്റ്റർ ചെയ്യേണ്ടതുണ്ട്. അതിനുശേഷം ഇഷ്ടമുള്ള ചാറ്റ്റൂമിൽ ലോഗിൻ ചെയ്ത് നിങ്ങൾക്ക് സംഭാഷണമാരംഭിക്കാം.

ചില പോർട്ടലുകളിൽ പ്രമുഖ വ്യക്തിത്വങ്ങളുമായി നിശ്ചിത സമയങ്ങളിൽ നമുക്ക് സംവദിക്കാനുള്ള അവസരം വാഗ്ദാനം ചെയ്യുന്നുണ്ട്.

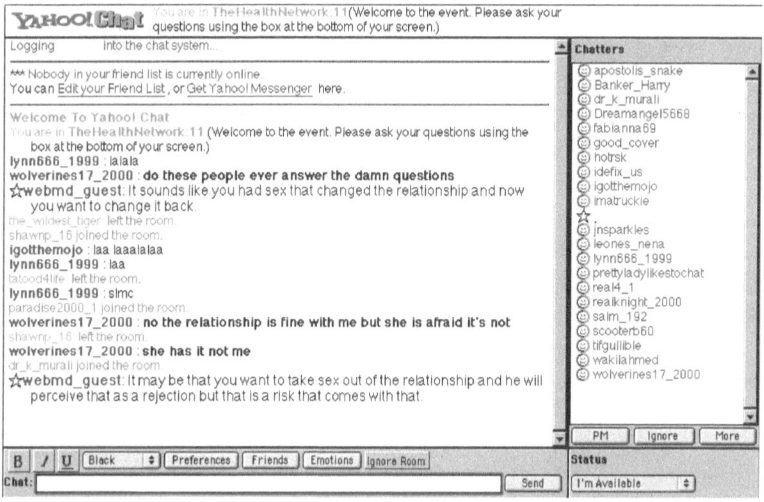

യാഹൂ ചാറ്റ്

3. ഇൻസ്റ്റന്റ് മെസ്സേജിംഗ്

വെബ്ബധിഷ്ഠിത ചാറ്റുകൾക്കുള്ള പ്രധാന പരിമിതി നിങ്ങൾ ചാറ്റു ചെയ്യാനുദ്ദേശിക്കുന്ന വ്യക്തി ചാറ്റ് റൂമിൽ ലഭ്യമാണോ എന്ന് അറിയാൻ കഴിയാത്തതാണ് (മുൻകൂട്ടി സമയം നിശ്ചയിച്ചിട്ടില്ലെങ്കിൽ). മാത്രമല്ല ചാറ്റ് റൂമിലെത്തുന്നവരുടെ എണ്ണം വളരെ കൂടുമ്പോൾ പേജ് ലോഡു ചെയ്തുവരുന്നത് മന്ദഗതിയിലാകുകയും ചെയ്യും. എന്നാൽ വ്യക്ത്യാധിഷ്ഠിത തത്സമയ സംഭാഷണങ്ങൾക്ക് വളരെ സഹായകമായ ഒരു സംവിധാനമായി Instant Messenger മാറിക്കഴിഞ്ഞു. ഇതിലൂടെ

ചീറ്റിംഗ്!

ഇന്ന് നമ്മുടെ മിക്ക ഇന്റർനെറ്റ് ബൂത്തുകളിലും നെറ്റ് സേവനങ്ങൾ ഉപയോഗിക്കുന്നത് കേവലം ഇ-മെയിൽ സന്ദേശങ്ങൾ കൈമാറാനും, ചാറ്റ് ചെയ്യാനും മാത്രമാണെന്നത് വളരെ ഖേദകരമായ ഒരു വസ്തുതയാണ്. വിജ്ഞാനസമ്പാദനത്തിന് ഇന്റർനെറ്റ് ഉപയോഗിക്കുന്നവരുടെ എണ്ണം തുലോം കുറവാണ്. ചാറ്റിംഗിൽത്തന്നെ അശ്ലീല പദങ്ങൾ ഉപയോഗിക്കുന്നതും, ആണും പെണ്ണും പരസ്പരം പേരുകൾ മാറ്റി സംവദിക്കുന്നതും വ്യാപകമായിട്ടുണ്ട്. അതിനാൽ തങ്ങളുടെ കുട്ടികൾ ചാറ്റ് റൂമുകൾ ഉപയോഗിക്കുന്നത് നിയന്ത്രിക്കാൻ രക്ഷിതാക്കൾ തയ്യാറാകേണ്ടതുണ്ട്. www.yahooligans.com പോലുള്ള കുട്ടികൾക്കുവേണ്ടിയുള്ള സൈറ്റുകളിലെ ചാറ്റ് റൂമുകൾ ഇത്തരം അപകടങ്ങളിൽനിന്നു തടയിടും.

നിങ്ങൾക്ക് നിങ്ങളുടെ സുഹൃത്തുക്കളുടെ ഒരു ലിസ്റ്റ് തയ്യാറാക്കാനാകും. ഈ ലിസ്റ്റിലുള്ള സുഹൃത്തുക്കളാരെങ്കിലും ഓൺലൈനിലാണെങ്കിൽ (ഇന്റർനെറ്റുമായി ബന്ധം സ്ഥാപിച്ചിരിക്കുന്ന അവസ്ഥ) നിങ്ങളുടെ മെസൻജറിൽ ഉടനെ വിവരം ലഭിക്കും. അതിനുശേഷം നിങ്ങൾക്ക് സുഹൃത്തുമായി സംഭാഷണമാരംഭിക്കാം.

ഇവിടെയുള്ള ഒരു പരിമിതി ഒരേതരം മെസൻജറുകൾ (Yahoo, Google, Rediff, MSN...) ഉപയോഗിക്കുന്നവർക്ക് മാത്രമേ പരസ്പരം വിനിമയം നടത്താൻ കഴിയൂ എന്നുള്ളതാണ്. ടെക്സ്റ്റ് സന്ദേശങ്ങൾ ടൈപ്പുചെയ്തല്ലാതെ പരസ്പരം സംസാരിക്കാനുള്ള സൗകര്യവും മിക്ക മെസൻജറുകളിലും ഇന്ന് ലഭ്യമാണ്.

ഇൻസ്റ്റന്റ് മെസേജിംഗ് ഉപയോഗിക്കുന്നതിന് മുമ്പ് Messenger സോഫ്റ്റ്‌വെയർ ആ സൈറ്റിൽനിന്നും (സൗജന്യമായി) ഡൗൺലോഡു ചെയ്യേണ്ടതുണ്ട്.

സ്കൈപ് മെസൻജർ

മെസൻജർ സോഫ്റ്റ്‌വെയറുകളിൽ യാഹൂവിനും ഗൂഗിളിനും എം എസ് എനുമെല്ലാം വെല്ലുവിളി ഉയർത്തിക്കൊണ്ടാണ് സ്കൈപ് മെസൻജറിന്റെ രംഗപ്രവേശം. ലോകത്തെവിടെയുമുള്ള കമ്പ്യൂട്ടറുകളിലേക്ക് ഇന്റർനെറ്റ് വഴി കൂടുതൽ ശബ്ദവ്യക്തതയോടെ അനായാസം സൗജന്യമായി സംസാരിക്കാമെന്നതാണ് സ്കൈപിന്റെ പ്രധാന ആകർഷണം.

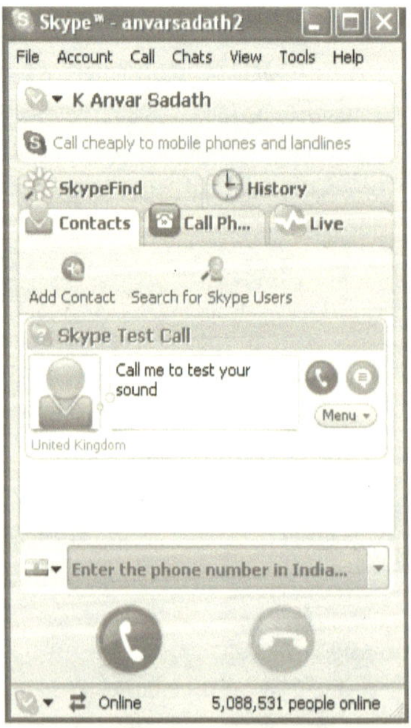

സ്കൈപ് മെസൻജർ

www.skype.com വെബ്സൈറ്റിൽനിന്നും സ്കൈപ് പ്രോഗ്രാം സൗജന്യമായി ഡൗൺലോഡ് ചെയ്യാവുന്നതാണ്. ഇൻസ്റ്റാൾ ചെയ്തതിനുശേഷം സ്കൈപ് ഐഡി, സ്വീകർത്താവിന് നിങ്ങളെക്കുറിച്ചറിയേണ്ട വിവരങ്ങൾ തുടങ്ങിയവ ആപ്ലിക്കേഷനിൽ സെറ്റ് ചെയ്യണം. സുഹൃത്തുക്കളെ അവരുടെ പേരും നാടും സ്ഥലവുമെല്ലാം വെച്ച് കണ്ടെത്താനുള്ള (Search for skype Users) കണ്ടെത്തിയശേഷം അവരെ contacts ലേക്ക് ചേർക്കാനുമുള്ള സൗകര്യം സ്കൈപിലുണ്ട്. ആഗോള ഫോൺ ഡയറക്ടറി എന്ന് വിശേഷിപ്പിക്കാവുന്ന അതി ബൃഹത്തായ ഒരു ഗ്ലോബൽ യൂസർ ഡയറക്ടറി

സ്കൈപ്പിനുണ്ട്. നാം സ്കൈപിൽ ഒരു അക്കൗണ്ടെടുക്കുമ്പോൾ നമ്മുടെ നമ്പറും ഇതിന്റെ ഭാഗമായി. ഓൺലൈനിൽ നമ്മൾ മറ്റു കാര്യങ്ങൾ ചെയ്യുന്നതിനിടെ കോൾ വന്നാൽ കോളർഐഡി പോലെ നമ്പർ കാണാനും, മിസ്ഡ് കാൾ രേഖപ്പെടുത്താനും, പ്രത്യേകം പ്രീപെയ്ഡ്കാർഡ് വാങ്ങിയാൽ സാധാരണ ഫോണിലേക്ക് വിളിക്കാനും സ്കൈപിൽ സംവിധാനമുണ്ട്.

മേൽ സൂചിപ്പിച്ചപോലെ ഏതൊരു മൊബൈൽ-ലാന്റ്ഫോൺ സേവനദാതാവിനോടും കിടപിടിക്കത്തക്ക വിധമുള്ള ശബ്ദ വ്യക്തത നിലനിർത്തുന്ന സ്കൈപ് തന്നെ സ്വന്തമായൊരു ഗ്ലോബൽ ടെലികോം നെറ്റ്വർക്ക് സേവന ദാതാവായാലും അത്ഭുതപ്പെടേണ്ടതില്ല.

ഗൂഗിൾ ടാക്ക്

ഒരു ജി-മെയിൽ വിലാസമുണ്ടെങ്കിൽ ചാറ്റ് ചെയ്യാനും സംസാരിക്കാനും ചിത്രങ്ങളും വീഡിയോയും പങ്കുവയ്ക്കാനുമൊക്കെ സഹായിക്കുന്ന ഒന്നാന്തരമൊരു സേവനമാണ് ഗൂഗിൾ ടാക്ക്. ഇ-മെയിലുകളുടെകൂടെ ശബ്ദം അറ്റാച്ച് ചെയ്തയക്കുന്ന 'ശബ്ദിക്കുന്ന കത്തുകൾ' എന്ന് വിളിക്കാവുന്ന വോയ്സ് മെയിലിന്റേയും ചാറ്റിന്റേയും ഒരു പരിധിവരെ ഇന്റർനെറ്റ് ടെലിഫോണിയുടെയും സേവനങ്ങൾ ഒരുമിച്ച് ലഭ്യമാക്കുന്ന Google Talk-ന്റെ പ്രത്യേകത അത് ഇൻസ്റ്റാൾ ചെയ്യാൻ സെക്കന്റുകൾ മതി എന്ന് മാത്രമല്ല മറ്റു ഗൂഗിൾ സേവനങ്ങൾപോലെ അനായാസേന ഉപയോഗിക്കാനും കഴിയും എന്നതാണ്.

ഗൂഗിൾ ടാക്ക് പ്രയോജനപ്പെടുത്താനുള്ള നടപടിക്രമങ്ങൾ വളരെ ലളിതമാണ്.

(1) www.talk.google.com സന്ദർശിച്ചശേഷം Launch Google Talk ബട്ടൺ ക്ലിക്ക് ചെയ്യുക (ഇവിടെ വലതുവശത്ത് കാണുന്ന Help ലിങ്ക് ക്ലിക്ക് ചെയ്താൽ നടപടിക്രമങ്ങൾ ലളിതമായി വിവരിച്ചിരിക്കുന്നത് കാണാം).

(2) ഗൂഗിൾ ടാക്ക് ഇൻസ്റ്റാൾ ചെയ്തതിനുശേഷം നമുക്ക് നമ്മുടേതായ ഗൂഗിൾ ഹോംപേജ് ഹെൽപ്പിലൂടെ ലഭിക്കുന്ന, Google Personalized Homepage ലിങ്ക് ക്ലിക്ക് ചെയ്താൽ ലഭിക്കും. ഇതേ പേജിൽത്തന്നെ ഹോം പേജും, ഇതിന്റെ ഉപയോഗവും വീഡിയോ രൂപത്തിലും നൽകിയിട്ടുണ്ട്. ഈ ഹോംപേജിൽ നമ്മുടെ മെയിൽ അക്കൗണ്ടും, ഗൂഗിൾ ടാക്കും ഉൾപ്പെടെ നമുക്കാവശ്യമുള്ള കാലാവസ്ഥ, വിക്കിപീഡിയ...... തുടങ്ങിയ സൈറ്റുകളും പ്രത്യേകം ഡയറിപോലെ ക്രമീകരിക്കാനുള്ള സംവിധാനവുമെല്ലാം സജ്ജമാക്കാം. രസകരമായ വസ്തുത ഇത്തരം വിൻഡോകളുടെ സ്ഥാനം (ജി-മെയിൽ, ടാക്ക്, ...) നമുക്കാവശ്യമായ രൂപത്തിൽ പേജിൽ ക്രമീകരിക്കാം.

Google സംവിധാനത്തിലൂടെ (www.google.com/ig) നമുക്കാവശ്യ

ഗൂഗിൾ ടാക്ക് - സംവിധാനങ്ങൾ

മുള്ള ബാക്ക് ഗ്രൗണ്ടുകൾ (themes) തിരഞ്ഞെടുക്കാം. നമ്മുടെ സ്ഥലം (രാജ്യം, പട്ടണം) ക്രമീകരിക്കാം. Add Stuff ലിങ്കിലൂടെ ആവശ്യമുള്ള മറ്റ് സേവനങ്ങൾ (ഡിക്ഷ്ണറി, മാപ് സേർച്ച്, കാർട്ടൂണുകൾ, യൂട്യൂബ് - വീഡിയോ - സേർച്ച്) നമ്മുടെ വ്യക്തിഗത പേജിലുൾപ്പെടുത്താം.

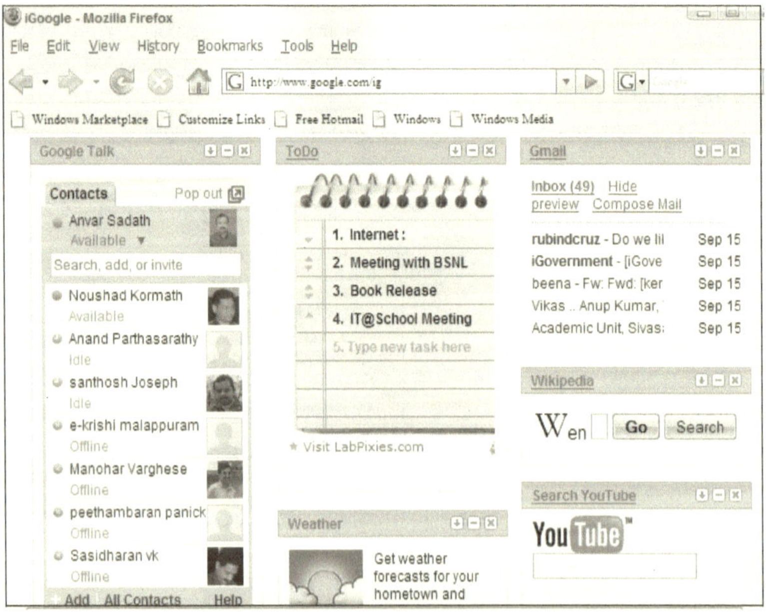

ഐ ഗൂഗിൾ - എല്ലാം ഒരു കുടക്കീഴിൽ

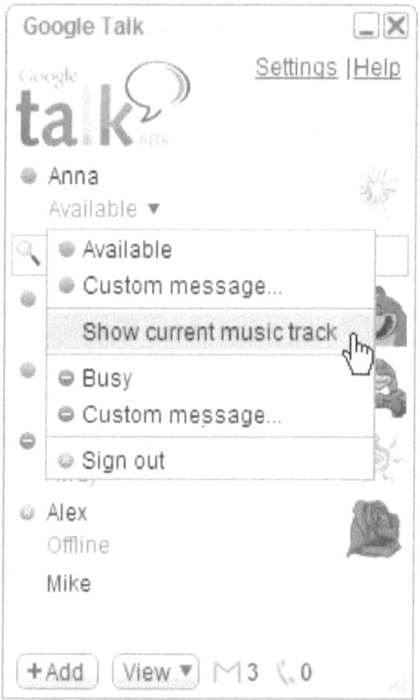

ഗൂഗിൾ ടാക്ക് - ലഭ്യതാവിവരം

(3) ഗൂഗിൾ ടാക്കിന്റെ ഉപയോഗം മറ്റു ഇൻസ്റ്റന്റ് മെസൻജർ സേവനങ്ങൾ പോലെത്തന്നെയാണ്. നമ്മുടെ സുഹൃത്ത് ഓൺലൈനാണെങ്കിൽ അവരുടെ പേരിന് ഇടതുവശത്ത് പച്ചനിറത്തിലുള്ള ബട്ടൺ കാണും. നമ്മുടെ ലഭ്യതയും (ഇപ്പോൾ ഞാൻ ഫ്രീയാണ്, തിരക്കിലാണ്, ...) നമുക്ക് സെറ്റ് ചെയ്യാം. സുഹൃത്തുക്കൾക്ക് സന്ദേശമയയ്ക്കണമെങ്കിൽ അവരുടെ പേരിൽ ക്ലിക്ക് ചെയ്ത് ലഭിക്കുന്ന വിൻഡോവിൽ ടൈപ്പ് ചെയ്താൽ മതി. ഇനി സുഹൃത്ത് ഓൺലൈനല്ലെങ്കിലും കണക്ട് ചെയ്യുന്ന സമയത്ത് ഈ സന്ദേശം ലഭിക്കും. അതുപോലെ തുറക്കുന്ന വിൻഡോവിലെ 'call' ബട്ടൺ ക്ലിക്ക് ചെയ്ത് സംസാരിക്കുകയുമാവാം. ഫയലുകൾ കൈമാറ്റം ചെയ്യാനും സുഹൃത്തുക്കൾക്ക് വോയ്സ് മെയിൽ അയയ്ക്കാനും ഗൂഗിൾടാക്കിൽ സംവിധാനമുണ്ട്.

6

സേർച്ചിംഗ്

ഇന്റർനെറ്റിൽ ലഭ്യമായ കോടിക്കണക്കിന് വെബ്സൈറ്റുകളിൽനിന്ന് നമുക്കാവശ്യമുള്ള വിവരങ്ങൾ അന്വേഷിച്ചു കണ്ടെത്താൻ സഹായിക്കുന്ന വെബ്സൈറ്റുകളാണ് 'സേർച്ച് എൻജിനുകൾ'. ഇന്റർനെറ്റിനെ ആദ്യകാലങ്ങളിൽ സൂചികകളെ (ഇൻഡക്സ്) അടിസ്ഥാനമാക്കി പ്രവർത്തിക്കുന്ന ആർചീ (Archie), ഗോഫർ (Gopher), വെറോണിക്ക

വിവിധ സേർച്ച് എൻജിനുകൾ

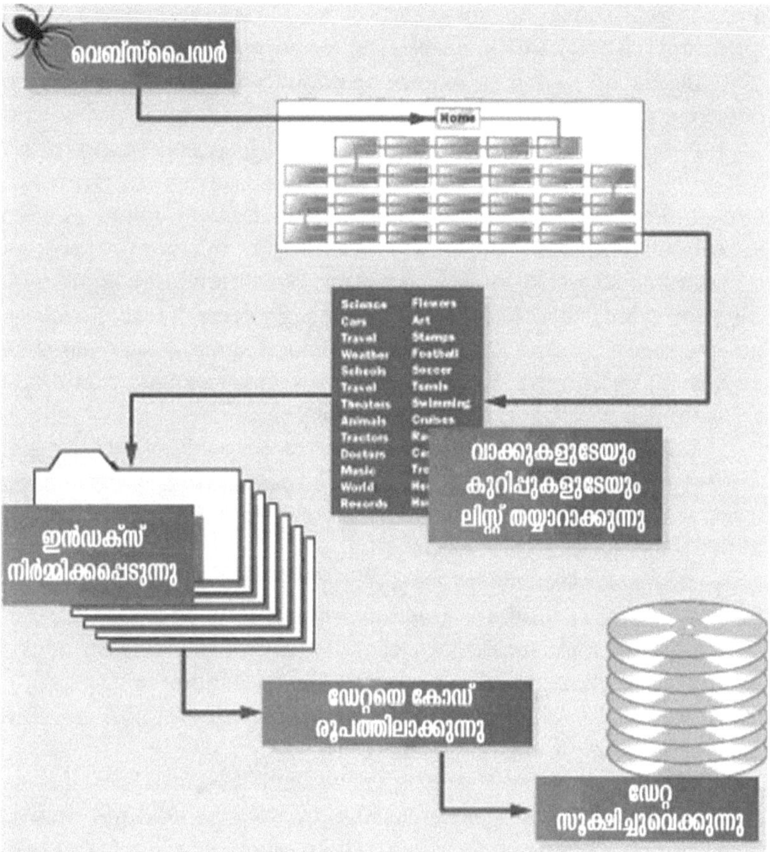

സേർച്ച് എൻജിനുകളുടെ പ്രവർത്തന രീതി

(Veronica) എന്നീ സാങ്കേതികവിദ്യകളാണ് വിവരങ്ങൾ തിരഞ്ഞു കണ്ടുപിടിക്കാൻ സഹായിച്ചിരുന്നത്. തുടർന്ന് പ്രതിദിനം ലക്ഷക്കണക്കിന് സൈറ്റുകൾ വെബിൽ കണ്ണിചേർന്നതോടെയാണ് ഇത്തരം സാങ്കേതികവിദ്യകൾക്ക് പകരം www.google.com, www.yahoo.com, www.msn.com, www.altavista.com, www.excite.com തുടങ്ങിയ സേർച്ച് എൻജിനുകൾ നിലവിൽ വന്നത്.

ഓരോ വെബ്പേജിലെയും പ്രധാന പദങ്ങളെ (കീവേർഡുകൾ) കണ്ടെത്താൻ കഴിയുന്നതരത്തിലുള്ള തിരച്ചിൽ, ഇപ്രകാരം കണ്ടെത്തുന്ന പ്രധാന പദങ്ങളെയും വെബ്സൈറ്റുകളേയും ഉൾപ്പെടുത്തിയുള്ള സൂചിക (ഇൻഡെക്സ്) നിർമ്മാണം എന്നിവയാണ് സേർച്ച് എൻജിനുകളുടെ പ്രധാന പ്രവർത്തനങ്ങൾ. ഒരു പദമോ വിവരമോ നാം തിരയു

മ്പോൾ ഇപ്രകാരം പ്രധാന പദങ്ങളെ ആസ്പദമാക്കി സജ്ജീകരിച്ചിട്ടുള്ള 'സൂചികയിലാണ്' ഈ തിരച്ചിൽ നടക്കുന്നത്. അതാത് പദങ്ങളെപ്പറ്റി വിശദമായി പ്രതിപാദിക്കുന്ന വെബ്സൈറ്റുകളുടെ/പേജുകളുടെ വിലാസം ഈ തിരച്ചിൽ വഴി ലഭ്യമാക്കുന്നു.

വെബ്പേജുകളുടെ തിരച്ചിലിനായി സെർച്ച് എൻജിനുകളെ സഹായിക്കുന്ന പ്രത്യേകം പ്രോഗ്രാമുകളാണ് വെബ് സ്പൈഡറുകൾ (webspiders) അഥവാ റോബോട്ടുകൾ (Robots). സൈറ്റിലെ പ്രധാന പദങ്ങളെ കണ്ടെത്തി സൂചിക നിർമ്മിക്കുന്ന സ്പൈഡറുകളുടെ പ്രവർത്തനത്തെയാണ് 'വെബ് ക്രൗളിംഗ്' (web crawling) എന്ന് വിളിക്കുന്നത്. തിരക്കേറിയ (കൂടുതൽ ആവശ്യമുള്ള) വെബ്സൈറ്റുകളേയും സെർവറുകളേയുമാണ് വെബ് കൗളിംഗിനായി സേർച്ച് എൻജിനുകൾ ആദ്യമായി തിരഞ്ഞെടുക്കുന്നത്. ഈ സൈറ്റുകളിൽനിന്ന് ബന്ധപ്പെട്ട മറ്റ് സൈറ്റുകളിലേക്ക് ഈ തിരച്ചിൽ നീളുന്നു.

ഓരോ വെബ്സൈറ്റും തയ്യാറാക്കുമ്പോൾത്തന്നെ അവയിൽ പ്രതിപാദിക്കുന്ന പ്രധാന പദങ്ങളും (മെറ്റാ ടാഗുകൾ) രേഖപ്പെടുത്തിവെക്കാറുണ്ട്. ഈ മെറ്റാ ടാഗുകൾ അധിഷ്ഠിതമാക്കി തിരച്ചിൽ നടത്തുക എന്നത് സേർച്ച് എൻജിനുകളുടെ പൊതുരീതിയാണ്. എന്നാൽ മെറ്റാടാഗിലെ വിവരങ്ങളുടെ വിശ്വാസ്യത പലപ്പോഴും ചോദ്യംചെയ്യാറുള്ളതിനാൽ മെറ്റാടാഗുകളും പേജിലെ പ്രധാന പദങ്ങളും താരതമ്യം ചെയ്ത് 'സേർച്ചിന്' ഉത്തരം നൽകുന്ന എൻജിനുകളുമുണ്ട്. പദങ്ങളുടേയും അതുമായി ബന്ധപ്പെട്ട ലിങ്കുകളുടേയും പട്ടിക (Table) സൂക്ഷിക്കുന്ന സ്പൈഡറുകൾ പലപ്പോഴും പ്രസ്തുത പദം എത്രതവണ പേജിൽ വരുന്നു എന്നുകൂടി രേഖപ്പെടുത്താറുണ്ട്.

വിവിധ വിഷയങ്ങളിൽ പെട്ട വിവരങ്ങൾ അടങ്ങിയ വെബ്പേജുകളെ വേർതിരിച്ച് പ്രത്യേകം സൂക്ഷിക്കുന്ന ഡയറക്ടറികളും സജീവമായുണ്ട് (ഉദാഹരണത്തിന് dir.yahoo.com എന്ന ഡയറക്ടറിയിൽ അരക്കോടിയോളം വെബ്പേജുകളുണ്ട്). ഒന്നിലധികം സെർച്ച് എൻജിനുകളിലും ഡയറക്ടറികളിലും ഒരേസമയം സെർച്ച് ചെയ്യാൻ സഹായി

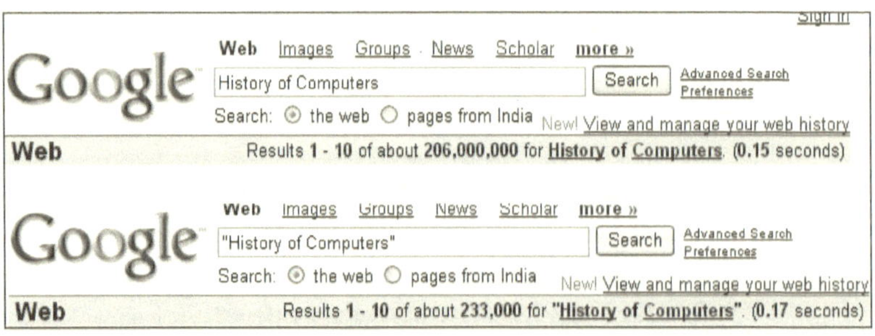

തിരച്ചിലിലെ വൈവിധ്യം

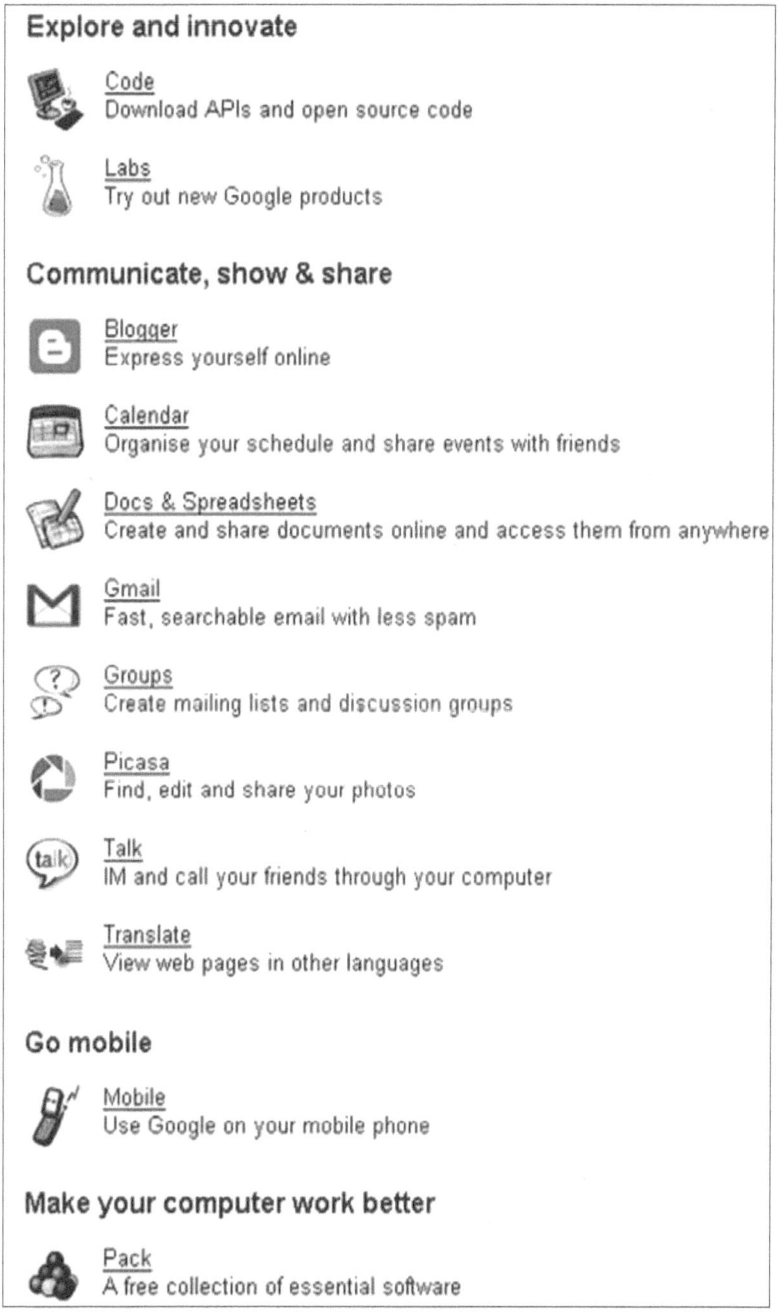

Explore and innovate

Code
Download APIs and open source code

Labs
Try out new Google products

Communicate, show & share

Blogger
Express yourself online

Calendar
Organise your schedule and share events with friends

Docs & Spreadsheets
Create and share documents online and access them from anywhere

Gmail
Fast, searchable email with less spam

Groups
Create mailing lists and discussion groups

Picasa
Find, edit and share your photos

Talk
IM and call your friends through your computer

Translate
View web pages in other languages

Go mobile

Mobile
Use Google on your mobile phone

Make your computer work better

Pack
A free collection of essential software

ഗൂഗിൾ സേവനങ്ങൾ

Search
Alerts
Receive news and search results via email
Blog Search
Find blogs on your favorite topics
Book Search
Search the full text of books
Desktop
Search your own computer
Directory
Browse the web by topic
Images
Search for images on the web
News
Search thousands of news stories
Notebook New!
Clip and collect information as you surf the web
Scholar
Search scholarly papers
Specialized Searches
Search within specific topics
Toolbar
Add a search box to your browser
University Search
Search a specific school's website
Web Search
Search over 8 billion web pages
Web Search Features
Do more with search

ഗൂഗിൾ സേവനങ്ങൾ

ക്കുന്ന വെബ്സൈറ്റുകളാണ് 'മെറ്റാ സെർച്ച് എൻജിനുകൾ'. എം എസ് എൻ, ലൈക്കോസ്, ആസ്ക്, വൈസ്നട്ട് എന്നിങ്ങനെ നിരവധി സെർച്ച് എൻജിനുകളിൽ ഒരേസമയം അന്വേഷണം നടത്തുന്ന www.vivisimo.com, www.dogpile.com എന്നിവ മെറ്റാ സെർച്ച് എൻജിന് ഉദാഹരണങ്ങളാണ്. പല വിവരങ്ങളും അന്വേഷിക്കുമ്പോൾ ലക്ഷക്കണക്കിന് വെബ്പേജുകളിൽ ഫലം ലഭ്യമാകുന്ന 'Information Overload' മൂലം അവശ്യമുള്ള കാര്യം കണ്ടുപിടിക്കാൻ ഒരുപാടുതവണ സൈറ്റുകളിൽ 'മുങ്ങിത്തപ്പേണ്ടിവരുന്നു' എന്നത് ഇന്നത്തെ സെർച്ച് എൻജിനുകളുടെ ഒരു പ്രധാന പരിമിതിതന്നെയാണ്. ഈ സ്ഥിതി മെല്ലെ മാറി നമുക്കാവശ്യമുള്ള (മനസ്സിലുദ്ദേശിക്കുന്ന) വിവരങ്ങൾ വളരെ കൃത്യമായി കണ്ടെത്തിത്തരാൻ കഴിയുന്ന വിധത്തിൽ 'Intelligent Searching' സംവിധാനം രൂപപ്പെടുത്തുക എന്നത് ഈ മേഖലയുടെ വെല്ലുവിളിയും ദിശാസൂചകവും ആണ്.

ഗൂഗിൾ സേർച്ച്

'സേർച്ച് എൻജിൻ' എന്ന പദത്തിന്റെ പര്യായമായി വിശേഷിപ്പിക്കാവുന്ന രൂപത്തിൽ ഇന്ന് ഗൂഗിൾ (www.google.com) സേർച്ച് മാറിയിട്ടുണ്ട്. ഹോംപേജിലെ കോളത്തിൽ നമുക്കാവശ്യമുള്ള പദം ടൈപ്പ് ചെയ്ത് Google Search ബട്ടൺ ക്ലിക്ക് ചെയ്യുമ്പോഴാണല്ലോ സാധാരണ സേർച്ചിംഗ് നടക്കുന്നതും ഇതുമായി ബന്ധപ്പെട്ട സൈറ്റുകൾ ഒന്നൊന്നായി പ്രദർശിക്കപ്പെടുന്നതും. എന്നാൽ പകരം 'I'm Feeling Lucky' എന്നെഴുതിയ ബട്ടൺ അമർത്തിയാൽ നിങ്ങൾ നൽകിയ പദത്തോട് (വിഷയത്തോട്) ഏറ്റവും അടുത്ത് നിൽക്കുന്ന വെബ്സൈറ്റിലേക്ക് നേരെ നിങ്ങളെത്തും. മറ്റു റിസൽട്ടുകൾ കാണുകേയില്ല എന്നതിനാൽ കുറഞ്ഞ സമയംകൊണ്ട് ഇവിടെ ആവശ്യമായ വെബ്സൈറ്റ് ലഭിക്കുന്നു.

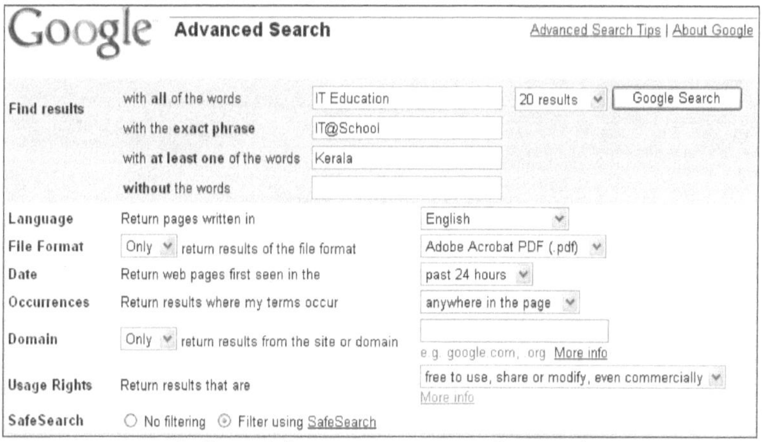

അഡ്വാൻസ് സേർച്ച് - ആവശ്യംവേണ്ട വിവരങ്ങൾ മാത്രം...

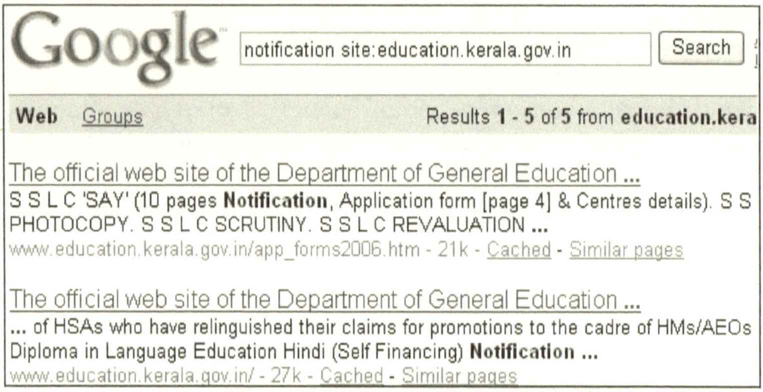

ഒരു വെബ്സൈറ്റിനുള്ളിൽ മാത്രം ഉള്ള അന്വേഷണം

'and', 'or', 'not' തുടങ്ങിയ ബൂളിയൻ പ്രയോഗങ്ങൾ നമ്മുടെ അന്വേഷണത്തെ സഹായിക്കും. ഉദാഹരണത്തിന് കേരളത്തിലേയോ തമിഴ്നാട്ടിലേയോ വിവരങ്ങൾ (ടൂറിസം സംബന്ധിച്ചുള്ളതൊഴിച്ച്) ഉള്ള വെബ്സൈറ്റുകൾ ലഭിക്കണമെങ്കിൽ 'Kerala Or Tamilnadu Not Tourism' എന്നു നൽകണം.

+, -, """" തുടങ്ങിയ ചിഹ്നങ്ങളും സെർച്ചിന് ഫലപ്രദമാണ്. ഉദാഹരണത്തിന് ഗൂഗിളിൽ History of Computers എന്ന് സേർച്ച് ചെയ്തപ്പോൾ 20 കോടിയിലധികം പേജുകളാണ് ലിസ്റ്റ് ചെയ്തത്. എന്നാൽ 'History of Computers' എന്ന് നൽകിയപ്പോൾ ഇത് 2.3 ലക്ഷമായി കുറഞ്ഞു. അതായത് “ ” ചിഹ്നത്തിനുള്ളിൽ നൽകുന്ന വാക്കുകൾക്ക് അതേ ക്രമത്തിൽ വരുന്ന സൈറ്റുകൾ മാത്രമേ ലഭിക്കൂ. “ ” ചിഹ്നമില്ലാതെ നൽകിയാൽ History യോ Computers ഓ ഉള്ള പേജുകളെല്ലാം ചാടിവീഴും. +, -

'*' ഓപ്പറേറ്റർ ഉപയോഗിച്ചുള്ള അന്വേഷണം

എന്നീ ചിഹ്നങ്ങളും ആദ്യം സൂചിപ്പിച്ചപോലെ +Kerala, -tourism എന്ന രീതിയിൽ (അതായത് കേരളത്തെക്കുറിച്ചുള്ള ടൂറിസം സംബന്ധിച്ചല്ലാത്ത സൈറ്റുകൾ) നൽകാവുന്നതാണ്.

ഒരു പദത്തിന്റെ ശരിയായ നിർവ്വചനം ലഭിക്കാൻ define പദം ചേർത്ത് ഗൂഗിളിൽ സെർച്ച് ചെയ്താൽ മതി. ഉദാ: define:Blog അഥവാ define Blog. ഇനി ഒരു പ്രത്യേക വെബ്സൈറ്റിനുള്ളിൽ മാത്രം സെർച്ച് ചെയ്യാൻ അന്വേഷിക്കുന്ന പദത്തിന് ശേഷം site: വിലാസം നൽകിയാൽ മതി. ഉദാ: admission site: www.mit.edu അതുപോലെ വിവിധ ഫയൽ ടൈപ്പുകൾ (doc, xls, pdf...) ക്കനുസൃതമായി തിരച്ചിൽ നടത്താനും ഗൂഗിളിൽ സൗകര്യമുണ്ട്. ഉദാ: അക്ഷയയുമായി ബന്ധപ്പെട്ട pdf ഫയലുകൾ കിട്ടാൻ akshaya filetype:pdf എന്ന് നൽകിയാൽ മതി. ഇതുപോലെ intext:, allintext:, in title:, allintitle:, inurl:, author:, location: എന്നിവയും ഉപയോഗിക്കാവുന്നതാണ്.

ഗൂഗിൾ സേർച്ചിൽ കണക്കുകൂട്ടലുകളും (%5+2*2) വിവിധ രാജ്യങ്ങളിലെ നാണയങ്ങളുടെ മൂല്യവും (ഉദാ: 4 USD in Euro) കണ്ടുപിടിക്കാൻ കഴിയും. പുസ്തകങ്ങൾ കണ്ടെത്താനുള്ള 'ബുക്ക് സേർച്ച്' (ഉദാ: books about Internet) ഉല്പന്നങ്ങൾ കണ്ടെത്താനുള്ള പ്രോഡക്ട് സേർച്ച് (ഉദാ: Coffee Maker), ചലച്ചിത്രങ്ങൾ, വാർത്തകൾ, സംഗീതം, ഭൂപടങ്ങൾ എന്നിവ മുതൽ ചോദ്യോത്തരത്തിന് വരെ (ഉദാ: Google Search ബട്ടനു മുമ്പിലുള്ള കോളത്തിൽ population of India എന്ന് ടൈപ്പ് ചെയ്യുക) ഗൂഗിളിൽ സൗകര്യമുണ്ട്.

റെയിൽവെ ഇ-ടിക്കറ്റ്

റെയിൽവെ ഇ-ടിക്കറ്റുകൾ ഇന്റർനെറ്റ് വഴി ബുക്ക് ചെയ്യാവുന്ന വെബ്സൈറ്റാണ് www.irctc.co.in. ഉപയോക്താവ് ഈ സൈറ്റിൽ ആദ്യം റജിസ്റ്റർ ചെയ്യണം. ലോഗിൻ ചെയ്തതിന്ശേഷം ലഭിക്കുന്ന പേജിൽ 'Quick Book' ലിങ്കുവഴി യാത്ര സംബന്ധിച്ച വിവരങ്ങൾ (തിരിച്ചറിയൽ കാർഡിന്റെ നമ്പർ ഉൾപ്പെടെ) നൽകണം. സാധാരണ ഇന്റർനെറ്റ് ബാങ്കിംഗ് സംവിധാനം 'ആക്ടീവ്' ആയുള്ള ഡെബിറ്റ്/ക്രെഡിറ്റ് കാർഡുകൾ വഴി ടിക്കറ്റ് ബുക്ക് ചെയ്യാം. ഐ-ടിക്കറ്റിൽ നിന്നും വ്യത്യസ്തമായി ഇ-ടിക്കറ്റിന് ബുക്ക് ചെയ്തതിന്റെ പ്രിന്റൗട്ടും തിരിച്ചറിയൽ കാർഡും ടിക്കറ്റ് പരിശോധകന്റെ മുന്നിൽ ഹാജരാക്കിയാൽ മതി. ഒരു ബാച്ചിൽ ആറു പേരുടെ ടിക്കറ്റ് വരെ ബുക്ക് ചെയ്യാൻ ഇ-ടിക്കറ്റിലൂടെ സാധിക്കും. ഇ-ടിക്കറ്റുകൾ ക്യാൻസൽചെയ്യുന്നതും www.irctc.co.in സൈറ്റ് വഴി മാത്രം ആയിരിക്കും. റിസർവേഷൻ കൗണ്ടറുകളിലെ ക്യൂ ഒഴിവാക്കാൻ മാത്രമല്ല ഏത് സമയത്തും ടിക്കറ്റ് ബുക്ക് ചെയ്യാനും ഇ-ടിക്കറ്റ് സംവിധാനം പ്രയോജനപ്പെടുത്താം.

7

ടെൽനെറ്റ്, എഫ് ടി പി, ഇ-കൊമേഴ്സ്

ടെൽനെറ്റ്

വിദൂരതയിലുള്ള കമ്പ്യൂട്ടറുകൾ ഉപയോഗിക്കാൻ (ലോഗിൻ ചെയ്യാൻ) സഹായിക്കുന്ന പ്രോട്ടോക്കോളാണ് Telnet അഥവാ remote login. ഉപയോക്താവ് പ്രവേശിക്കാനുദ്ദേശിക്കുന്ന കമ്പ്യൂട്ടറിൽ (ഹോസ്റ്റ് കമ്പ്യൂട്ടറിൽ) അദ്ദേഹത്തിന് പ്രത്യേകം ലോഗിൻ-ഐ ഡിയും പാസ്‌വേഡും (ഇ-മെയിലിലേതുപോലെ) സാധാരണ ഉണ്ടായിരിക്കും. ഒരിക്കൽ ഇപ്രകാരം ടെൽനെറ്റ് കണക്ഷൻ കിട്ടിക്കഴിഞ്ഞാൽ നമ്മൾ നൽകുന്ന ഇൻപുട്ട് വിവരങ്ങളെല്ലാം യഥാർത്ഥത്തിൽ വിദൂരതയിലുള്ള ഹോസ്റ്റ് കമ്പ്യൂട്ടറിലാണ് പ്രവേശിക്കുന്നത്. അതായത് നമ്മൾ തൊട്ടു മുമ്പിലിരിക്കുന്ന കമ്പ്യൂട്ടറിലെന്നപോലെ പ്രവർത്തിക്കുന്നത് വിദൂരതയിലുള്ള (അതായത് തൊട്ടടുത്ത മുറിയിലോ പട്ടണത്തിലോ ഭൂഖണ്ഡത്തിലോ ആകാം) കമ്പ്യൂട്ടറിലാണ്.

എഫ് ടി പി

കമ്പ്യൂട്ടറുകൾ തമ്മിൽ ഫയലുകൾ കൈമാറാൻ ഉപയോഗിക്കുന്ന പ്രോട്ടോക്കോളാണ് FTP അഥവാ File Transfer Protocol. www വ്യാപകമാവുന്നതിന് മുമ്പ് വിവിധ വെബ്സൈറ്റുകൾ ലഭിക്കുന്നതിനായി ftp യായിരുന്നു ഉപയോഗിച്ചിരുന്നത്. ഇന്ന് പ്രധാനമായും ftp ഉപയോഗിക്കുന്നത് നാം തയ്യാറാക്കിയ വെബ്പേജുകളെ സൈറ്റിലേക്ക് (സെർവർ കമ്പ്യൂട്ടറിലേക്ക്) നൽകാൻ (upload ചെയ്യാൻ) വേണ്ടിയാണ്. FTP ഉപയോഗിച്ച് ആർക്കും ഏത് കമ്പ്യൂട്ടറിലേക്കും ഫയലുകൾ കൈമാറാൻ

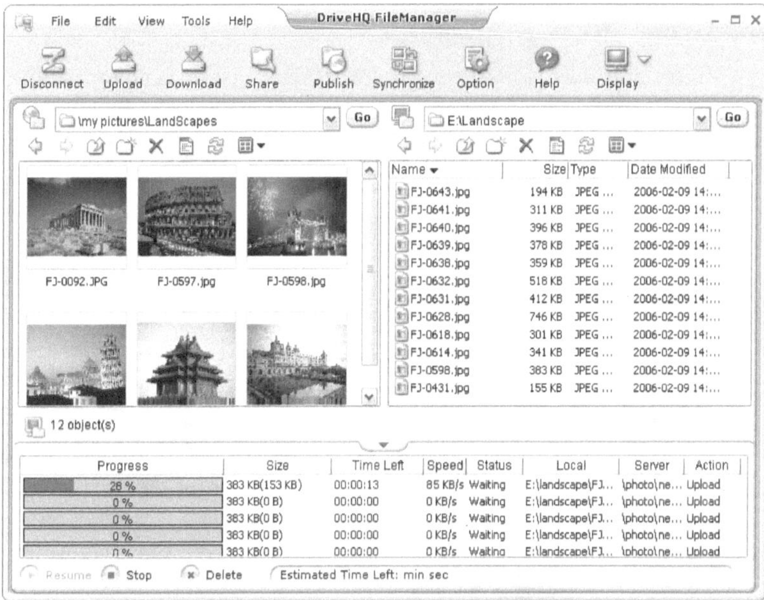

എഫ് ടി പി - നമ്മുടെ കമ്പ്യൂട്ടറിൽനിന്നും ഇന്റർനെറ്റിലേക്ക്

കഴിയും എന്നു വിചാരിക്കരുത്. മറ്റു കമ്പ്യൂട്ടറിലേക്ക് എഫ് ടി പി ചെയ്യാനായി പ്രത്യേകം അനുവദിച്ച യൂസർ നാമവും പാസ്‌വേർഡും നൽകിയാൽ മാത്രമേ ഇത് സാധിക്കൂ. പലപ്പോഴും മറ്റു വെബ്സൈറ്റുകളിൽ നുഴഞ്ഞുകയറി വിവരങ്ങൾ പ്രദർശിപ്പിക്കുന്നത് ('ക്രാക്കിംഗി'ന്റെ ഒരു രൂപം) ഇപ്രകാരം എഫ് ടി പി യൂസർ നാമവും, പാസ്‌വേർഡും ചോർന്നു പോകുന്നതുകൊണ്ടാകാം.

എഫ് ടി പി യും 'ക്ലയന്റ് സെർവർ' രീതിയിലാണ് പ്രവർത്തിക്കുന്നത്. ഫയലുകൾ കൈമാറ്റം ചെയ്യപ്പെടുന്നത് വിവരങ്ങൾ സൂക്ഷിക്കുന്ന എഫ് ടി പി സെർവറുകളിലേക്കാണ്. ഈ ഫയലുകൾ ലഭിക്കാനും ഈ സെർവറിലേക്ക് ഫയലുകളെ പ്രവേശിപ്പിക്കാനും എഫ് ടി പി ക്ലയന്റ് പ്രോഗ്രാമുകൾ പ്രയോജനപ്പെടുത്തുന്നു. ഇതിന്റെ മൂന്നു ഘട്ടങ്ങളെ ഇങ്ങനെ തിരിക്കാം.

1. ftp സെർവറുമായി ബന്ധം സ്ഥാപിക്കുന്നു. (യൂസർ നാമവും പാസ്‌വേർഡും നൽകി.)
2. സെർവറിൽ ആവശ്യമുള്ള ഡയറക്ടറി തിരഞ്ഞെടുക്കുന്നു.
3. ഫയലുകൾ കൈമാറ്റം ചെയ്യപ്പെടുന്നു.

ടെൽനെറ്റ് വിദൂരതയിലുള്ള കമ്പ്യൂട്ടറിലെ പ്രോഗ്രാമുകൾ സ്വന്തം കമ്പ്യൂട്ടറിൽ ഉപയോഗിക്കാൻ സഹായിക്കുമ്പോൾ എഫ് ടി പി വിവിധ തരത്തിലുള്ള ഫയലുകൾ (ടെക്സ്റ്റ്, ഗ്രാഫിക്സ്, മൾട്ടീമീഡിയ, ബൈനറി...) കൈമാറ്റം ചെയ്യാനാണ് ഉപയോഗിക്കുന്നത് എന്നോർക്കുക.

യൂസ്നെറ്റും ന്യൂസ് ഗ്രൂപ്പുകളും

ഒരു ഇലക്ട്രോണിക് ബുള്ളറ്റിൻ ബോർഡിന് സമാനമായ സേവനമാണ് Usenet. പ്രത്യേക വിഷയങ്ങൾക്കുവേണ്ടി ലക്ഷക്കണക്കിന് ഉപയോക്താക്കൾ പങ്കുവെക്കുന്ന 'ബോർഡുകൾ' ഇന്റർനെറ്റിലുണ്ട്. ഇത്തരം ബുള്ളറ്റിൻ ബോർഡുകളെയാണ് 'ന്യൂസ് ഗ്രൂപ്പുകൾ' എന്ന് വിശേഷിപ്പിക്കുന്നത്. സന്ദേശങ്ങളെ വിവിധ ന്യൂസ്ഗ്രൂപ്പുകളായും ഇവയെ വീണ്ടും പ്രത്യേക ക്ലാസുകളായും (ബിസിനസ്, സയൻസ്, ആരോഗ്യം, കമ്പ്യൂട്ടർ...) തിരിച്ചിട്ടുണ്ട്. ന്യൂസ്ഗ്രൂപ്പുകൾ ആർക്കും സന്ദേശങ്ങൾ അയക്കാവുന്ന രീതിയിൽ 'തുറന്ന സ്വഭാവമുള്ളതോ', അല്ലെങ്കിൽ ഒരു പ്രത്യേക മോഡറേറ്റർ നിയന്ത്രിക്കുന്ന രീതിയിലോ ആകാം.

യൂസ്നെറ്റ്

പതിനായിരക്കണക്കിന് ന്യൂസ്ഗ്രൂപ്പുകളെ പ്രത്യേക ശ്രേണിയിലാക്കി തിരിച്ചിട്ടുള്ള 'യൂസ്നെറ്റിൽ', .biz (ബിസിനസ്), .comp (കമ്പ്യൂട്ടർ), .sci (സയൻസ്) .rec (വിനോദം) എന്നിങ്ങനെയുള്ള അനവധി മുഖ്യശ്രേണികൾ ഉണ്ട്. ഓരോ ശ്രേണികൾക്കുകീഴിലും ആയിരക്കണക്കിന് ഉപവിഭാഗങ്ങളേയും കാണാവുന്നതാണ്. ഉദാഹരണത്തിന് rec എന്ന മുഖ്യശ്രേണിക്കു താഴെ ഭക്ഷണത്തെക്കുറിച്ച് ചർച്ചചെയ്യാൻ rec.food എന്ന ഗ്രൂപ്പും ഇനി ഇതിനും കീഴിൽ ചായയെക്കുറിച്ച് ചർച്ച ചെയ്യാൻ rec.food.drinks.tea എന്നിങ്ങനെയും ന്യൂസ്ഗ്രൂപ്പുകളെ അണിയിച്ചൊരുക്കാം.

1979 ൽ അമേരിക്കയിലെ നോർത്ത് കരോലിന സർവ്വകലാശാലയും ഡ്യൂക്ക് സർവ്വകലാശാലയുമാണ് പരീക്ഷണാടിസ്ഥാനത്തിൽ ആദ്യമായി യൂസ്നെറ്റ് ഉപയോഗിച്ചത്. യഥാർത്ഥത്തിൽ വിവരങ്ങൾ പങ്കുവെക്കുന്നതിന് ഏറ്റവും കൂടുതൽ പ്രയോജനപ്പെടുത്തേണ്ട ഒരു സേവനമാണ് യൂസ്നെറ്റ്.

ഉപയോക്താക്കൾക്ക് പരസ്പരം സംശയനിവാരണം നടത്താനും, വിദഗ്ധരിൽനിന്നും അഭിപ്രായങ്ങൾ അറിയുന്നതിനും യൂസ്നെറ്റിനെ പ്രയോജനപ്പെടുത്തുന്നുണ്ട്. എന്നാൽ ഇന്റർനെറ്റിലെ മറ്റു സേവനങ്ങളുടെ ഉപയോഗത്തിലുണ്ടായ വളർച്ച യൂസ്നെറ്റിന്റെ കാര്യത്തിൽ കാണുന്നില്ല.

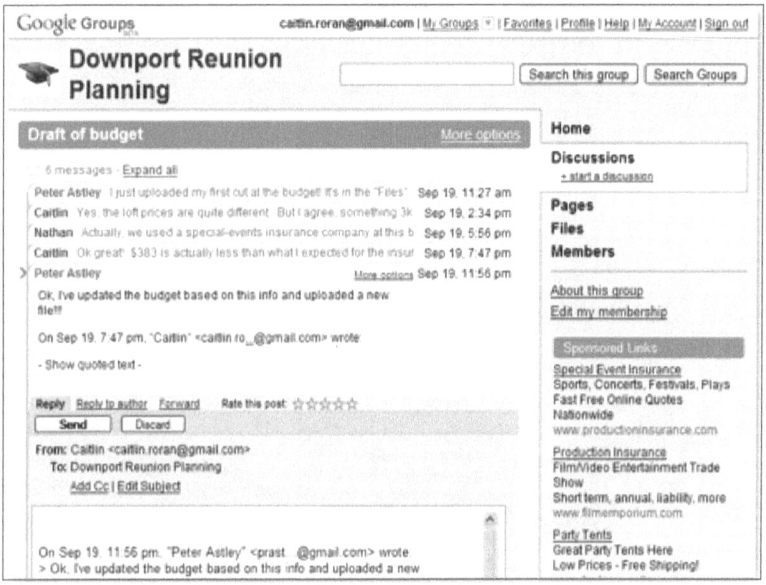

ഗൂഗിൾ യൂസ്നെറ്റ്

ഇ-കൊമേഴ്സ്

ഇന്റർനെറ്റിലൂടെ സാധനങ്ങളും സേവനങ്ങളും ലഭ്യമാക്കുന്ന സമ്പ്രദായമാണ് ഇ-കൊമേഴ്സ്. ഈ കൊടുക്കൽ വാങ്ങലുകൾ രണ്ട് വ്യക്തികൾ തമ്മിലോ (C2C) Customer to Customer, രണ്ട് ബിസിനസ് സ്ഥാപനങ്ങൾ തമ്മിലോ (B2B) Business to Business അതുമല്ലെങ്കിൽ വ്യക്തികളും ബിസിനസ് സ്ഥാപനങ്ങൾ തമ്മിലോ ആകാം. (C2B) Customer to Business.

സാധാരണ രീതിയിൽ ബാങ്കുകൾ നൽകുന്ന ക്രെഡിറ്റ് കാർഡുകൾ ഉപയോഗിച്ചാണ് ഇത്തരത്തിലുള്ള പണമിടപാടുകൾ നടത്താറ്. ഉദാഹരണത്തിന് റെയിൽവെ ടിക്കറ്റ് ബുക്ക് ചെയ്യാൻ www.irctc.co.in വെബ്സൈറ്റിൽ പോയി ലോഗിൻ ചെയ്തതിനുശേഷം ലഭ്യതക്കനുസരിച്ച് നമുക്കാവശ്യമുള്ള ട്രെയിനും സീറ്റും തിരഞ്ഞെടുക്കുക. ഇതിനുശേഷം (ഇന്റർനെറ്റ് ബാങ്കിംഗ് അക്കൗണ്ടുണ്ടെങ്കിൽ) നമ്മുടെ ബാങ്കിന്റെ വെബ്സൈറ്റിൽ ലോഗിൻ ചെയ്ത് നിർദ്ദേശിക്കുന്ന തുകയ്ക്ക് നേരെ ക്ലിക്ക് ചെയ്താൽ ഉടൻ റെയിൽവെ സൈറ്റിൽനിന്നും ഇ-ടിക്കറ്റ് പ്രിന്റ് ചെയ്തെടുക്കാം. ഇവിടെ സംഭവിക്കുന്നത് നമ്മുടെ ബാങ്ക് അക്കൗണ്ടിൽനിന്നും ഇന്റർനെറ്റ് വഴി (ഇ-കോമേഴ്സ്) നിഷ്കർഷിക്കുന്ന തുക റെയിൽവെയുടെ ബാങ്ക് അക്കൗണ്ടിൽ എത്തുന്നതിനാലാണ്.

8

ഇന്റർനെറ്റ് ടെലിഫോൺ

വിദേശത്തുനിന്ന് വരുന്ന ടെലിഫോൺ കോളുകൾ നമ്മുടെ മൊബൈലിൽ ഐ എസ് ഡി നമ്പറിനു പകരം പ്രാദേശിക നമ്പറുകൾ കോളർ ഐഡിയായി ചിലപ്പോൾ പ്രത്യക്ഷപ്പെടുന്നത് എന്തുകൊണ്ടാണ്? സാധാരണ ടെലിഫോൺ ശൃംഖലയ്ക്കു പകരം ഇന്റർനെറ്റ് ടെലിഫോൺ ഉപയോഗിക്കുന്ന നിയമവിരുദ്ധമായ ഇത്തരം പ്രവർത്തനങ്ങൾ കോടിക്കണക്കിനു രൂപയുടെ നഷ്ടമാണ് നമ്മുടെ ഖജനാവിന് വരുത്തിക്കൊണ്ടിരിക്കുന്നത്. ഇതിനെതിരെ ജാഗ്രത പാലിക്കാനുള്ള മുന്നറിയിപ്പുകൾ ടെലികോം വകുപ്പ് നൽകിക്കഴിഞ്ഞിട്ടുണ്ട്.

ഫോൺ ഡയലർ

ഇന്റർനെറ്റ് ടെലിഫോൺ എന്നത് സാധാരണ ടെലിഫോൺപോലെ ഒരു പ്രത്യേക ഉപകരണമോ സംവിധാനമോ അല്ല. ഇന്റർനെറ്റിലെ ചില പ്രത്യേക വെബ്സൈറ്റുകൾവഴി സംസാരിക്കാനുള്ള സംവിധാനമാണിത്. ഇത് ഒരു കമ്പ്യൂട്ടറിന്റെ മുന്നിലിരുന്ന് മറ്റൊരു കമ്പ്യൂട്ടറിന്റെ മുന്നിലിരിക്കുന്ന വ്യക്തിയോടുള്ള (കമ്പ്യൂട്ടർ-കമ്പ്യൂട്ടർ) സംഭാഷണമാവാം. പ്രത്യേക വെബ്സൈറ്റുകളിലൂടെ സുഹൃത്തിന്റെ ടെലിഫോണിലേക്ക് ഡയൽചെയ്യുന്ന (കമ്പ്യൂട്ടർ-ടെലിഫോൺ) രീതിയും ഇന്റർനെറ്റ് ടെലിഫോണിനുണ്ട്. ടെലിഫോൺ-ടെലി

ഫോൺ സംഭാഷണങ്ങളും ഇന്റർനെറ്റധിഷ്ഠിതമാക്കാൻ ഇന്ന് ഉപകരണങ്ങൾ ലഭ്യമാണ്. കമ്പ്യൂട്ടർ-കമ്പ്യൂട്ടർ വിനിമയവും കമ്പ്യൂട്ടറിൽനിന്ന് ഇന്ത്യക്കു പുറത്തേക്ക് ടെലിഫോൺ ചെയ്യുന്നതും മാത്രമേ ഇന്ത്യയിൽ നിയമവിധേയമായിട്ടുള്ളു. ടെലിഫോൺ-ടെലിഫോൺ രീതിയും, ഇന്ത്യക്കകത്തുനിന്നും കമ്പ്യൂട്ടറിൽനിന്നും ടെലിഫോണിലേക്ക് ഈ രീതിയിൽ വിളിക്കുന്നതും ഇന്ത്യയിൽ നിയമവിരുദ്ധമാണ്.

സൗണ്ട് കാർഡുള്ള, ഇന്റർനെറ്റ് ബന്ധം സ്ഥാപിച്ചിട്ടുള്ള കമ്പ്യൂട്ടറാണ് ഇന്റർനെറ്റ് ടെലിഫോണിന് അത്യാവശ്യമായി വേണ്ടത്. നമ്മുടെ കമ്പ്യൂട്ടർവഴി സംസാരിക്കാനും കേൾക്കാനുമായി ഓരോ മൈക്രോഫോണും ഹെഡ്സെറ്റുംകൂടി ആവശ്യമുണ്ട്. നിരവധി സ്വകാര്യ സേവനദാതാക്കൾ ഇന്റർനെറ്റ് ടെലിഫോൺകാർഡുകൾ പുറത്തിറക്കുന്നുണ്ട്.

കുറഞ്ഞ ചെലവിൽ ടെലിഫോൺ സംഭാഷണം നടത്താനാണ് ഇന്റർനെറ്റ് ടെലിഫോൺ ഉപയോഗിക്കുന്നത്. ഇത് എങ്ങനെയാണ് സാധ്യമാകുന്നത് എന്നറിയാൻ സാധാരണ ടെലിഫോണും ഇന്റർനെറ്റും തമ്മിലുള്ള പ്രവർത്തനവ്യത്യാസം അറിഞ്ഞിരിക്കേണ്ടതുണ്ട്.

നമ്മുടെ സാധാരണ ടെലിഫോൺ സംവിധാനം പ്രവർത്തിക്കുന്നതിന്, വിളിക്കുന്ന കേന്ദ്രവും സ്വീകരിക്കുന്ന കേന്ദ്രവും തമ്മിൽ മുൻകൂട്ടി ബന്ധം സ്ഥാപിക്കേണ്ടത് ആവശ്യമായിവരുന്നു. അതായത് രണ്ടു ടെലിഫോണുകൾ തമ്മിൽ നിരവധി സ്വിച്ചുകളിലൂടെ ഒരു പ്രത്യേക 'സർക്യൂട്ട്' നാം സംസാരിക്കുന്നതിനു മുമ്പുതന്നെ രൂപംകൊള്ളുന്നു. ഇതിനെ സർക്യൂട്ട് സ്വിച്ചിങ് എന്നു പറയുന്നു. ഇങ്ങനെ വിളിക്കുന്ന നമ്പരിലേക്ക് കർമനിരതമായ സ്വിച്ചുകൾവഴി ഒരു പ്രത്യേക പാത ഒരുക്കേണ്ടതിനാൽ ദൂരം കൂടുംതോറും സംസാരിക്കാനുള്ള ചെലവും കൂടുന്നു. മറ്റൊരു പ്രത്യേകത, സംസാരം തുടങ്ങിക്കഴിഞ്ഞാൽ ലൈൻ കട്ട് ചെയ്യുന്നതുവരെ ഈ പാത മറ്റൊരാവശ്യത്തിനും ഉപയോഗിക്കാൻ പറ്റാത്തവിധം 'എൻഗേജ്ഡ്' ആയിരിക്കും. രണ്ടറ്റത്തും നിശ്ശബ്ദതയാണെങ്കിൽപ്പോലും. ചുരുക്കത്തിൽ നമ്മുടെ സാധാരണ ടെലിഫോൺ (Public Switched Telephone Network) സംവിധാനത്തിൽ രണ്ടഗ്രങ്ങൾക്കുമിടയിൽ ഒരു നിശ്ചിത 'ബാൻഡ് വിഡ്ത്' (ഡേറ്റാ

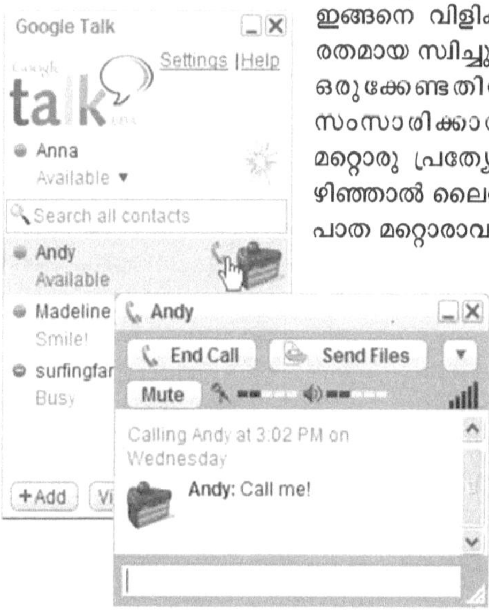

ഗൂഗിൾ ടാക്ക്

യാഹു കാൾ

പ്രവാഹത്തിന്റെ നിരക്ക് അഥവാ ശേഷി) സംസാരിക്കുന്ന സമയം മുഴുവൻ സംരക്ഷിച്ചുവെക്കേണ്ടതായിവരുന്നു. ഇന്റർനെറ്റ് ടെലിഫോണിന്റെ പ്രവർത്തനം യഥാർത്ഥത്തിൽ ഇന്റർനെറ്റിലൂടെയുള്ള വിവരകൈമാറ്റ രീതിതന്നെയാണ്.

ഇന്റർനെറ്റിലൂടെ വിവരങ്ങൾ (അതു ഡാറ്റയാണെങ്കിലും ശബ്ദമാണെങ്കിലും ചിത്രമാണെങ്കിലും) കൈമാറ്റം ചെയ്യപ്പെടുന്നത് ഡിജിറ്റൽ രൂപത്തിൽ (ഒന്നും പൂജ്യവും മാത്രമടങ്ങിയ) വിവിധ ലോജിക്കൽ പാക്കറ്റുകളായിട്ടാണ്. ഓരോ പാക്കറ്റിലും അത് എവിടെനിന്ന്, എങ്ങോട്ട് തുടങ്ങിയ വിവരങ്ങൾ വിശദാംശങ്ങൾക്കൊപ്പം കാണും. അതിനാൽ, നെറ്റ്‌വർക്കിലൂടെ അയയ്ക്കപ്പെടുന്ന ഈ പാക്കറ്റുകൾ ദ്രുതവേഗത്തിൽ റൂട്ടറുകളിലൂടെയും സ്വിച്ചുകളിലൂടെയുമെല്ലാം സഞ്ചരിച്ച് അതിന്റെ ലക്ഷ്യസ്ഥാനത്തെത്തുന്നു. ഇവിടെവച്ച് ആദ്യം വിഭജിക്കപ്പെട്ട പാക്കറ്റുകളെല്ലാം നിയതമായ രീതിയിൽ സംയോജിക്കുന്നു. രസകരമായ വസ്തുത ഒരേ ഡാറ്റയുടെതന്നെ പാക്കറ്റുകൾ ലക്ഷ്യസ്ഥാനത്തെത്താൻ വ്യത്യസ്ത പാതകളിലൂടെയും സഞ്ചരിക്കും എന്നുള്ളതാണ്. 'സർക്യൂട്ട് സ്വിച്ചിങ്' ശൃംഖലകൾക്കായി ഉപയോഗസമയത്തു പ്രത്യേക പാത നീക്കിവെക്കേണ്ടതുപോലെ 'പാക്കറ്റ് സ്വിച്ചിങ്' ശൈലിയിൽ വേണ്ടതില്ല. അതിനാൽ ഒരേസമയംതന്നെ ശബ്ദവും ഡാറ്റയും വീഡിയോയുമെല്ലാം പ്രവഹിക്കുന്ന വിധത്തിൽ ഇവിടെ പാത പങ്കുവഹിക്കുന്നുണ്ട്. അതായത് ഒന്നിലധികം നെറ്റനുബന്ധസൗകര്യങ്ങളെ നമുക്ക് ഒന്നിച്ചു പ്രവർത്തിപ്പിക്കാൻ കഴിയും. മറ്റൊന്ന്, ചെലവിൽ വരുന്ന ഭീമമായ കുറവാണ്. തിരുവനന്തപുരത്തുനിന്നു മലപ്പുറത്തേക്കും ദില്ലിയിലേക്കും അമേരിക്കയിലേക്കുമെല്ലാം ഇ-മെയിൽ അയയ്ക്കുന്നതിന് ഒരേ ചാർജ്ജാണ് എന്നപോലെ തന്നെ എവിടേക്കും ഇന്റർനെറ്റ് ടെലിഫോൺ സംഭാഷണം നടത്തുന്നതിന് നെറ്റുപയോഗിക്കുന്നതിനുള്ള ചാർജ്ജിനു പുറമേ മറ്റ് ഏജൻസികളുടെ ശൃംഖല പ്രയോജനപ്പെടുത്തുന്നതിനുംകൂടി കുറഞ്ഞ ചാർജ് നൽകിയാൽ മതി. കൂടിയ ഗുണമേന്മയോടെ ലോകം മുഴുവൻ 'ലോക്കൽ കോളിൽ' വിളിക്കാവുന്ന രൂപത്തിൽ ഇന്റർനെറ്റ് ടെലിഫോൺ മാറുന്ന കാലം വിദൂരമല്ല.

9

ബ്ലോഗുകൾ

വിവരങ്ങളും വിചാര-വികാരങ്ങളും അനായാസേന തുറന്ന് പ്രദർശിപ്പിക്കാനും പ്രകടിപ്പിക്കാനും പങ്കുവയ്ക്കാനുമുള്ള ഒരു പ്രധാന ഉപാധിയായി ബ്ലോഗുകൾ (Blogs) ഇന്ന് മാറിയിട്ടുണ്ട്. എന്താണ് ബ്ലോഗ്? തുടർച്ചയായി പുതുക്കിക്കൊണ്ടിരിക്കുന്ന ലളിതമായ ഒരു വെബ്സൈറ്റായോ അല്ലെങ്കിൽ ഇന്റർനെറ്റിലെ ഒരു സ്വകാര്യ ഡയറിയായോ

ബ്ലോഗർ ഡോട്ട് കോം – ഹോം പേജ്

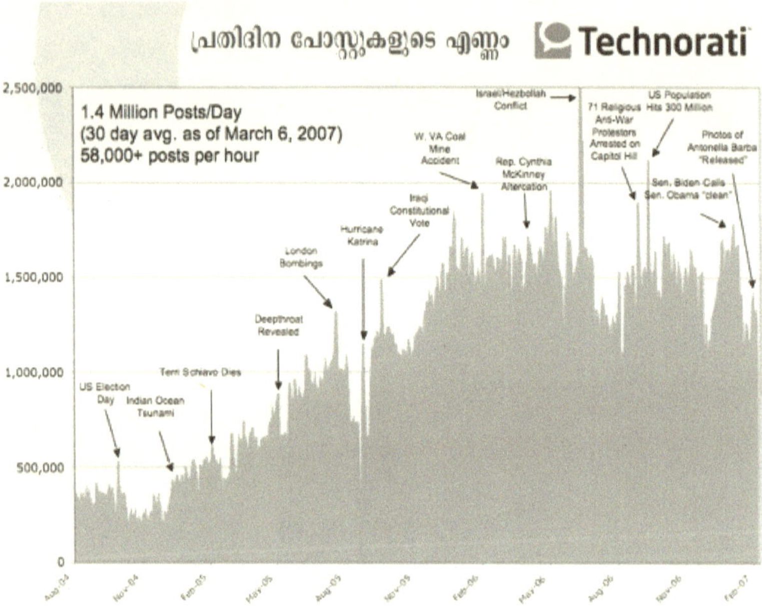

ബ്ലോഗുകളുടെ എണ്ണം

ബ്ലോഗിനെ വിശേഷിപ്പിക്കാം. വിവിധ വിഷയങ്ങളെക്കുറിച്ചും വ്യക്തിക ളെക്കുറിച്ചും സ്ഥലങ്ങളെയും സംഭവങ്ങളെയുംകുറിച്ചുമെല്ലാം കോടി ക്കണക്കിന് ബ്ലോഗുകൾ ഇന്ന് നിലവിലുണ്ട്. ഓരോ സെക്കന്റിലും ഒന്നി ലധികം ബ്ലോഗുകൾ എന്ന കണക്കിൽ പ്രതിദിനം ഒരു ലക്ഷത്തോളം ബ്ലോഗുകൾ പിറക്കുന്നുണ്ടെന്നാണ് കണക്ക്. ഓരോ ആറുമാസവും ബ്ലോഗുകളുടെ എണ്ണം ഇരട്ടിക്കുന്നതായും 'ടെക്നോരതി'യുടെ കണ ക്കുകൾ വ്യക്തമാക്കുന്നു.

എന്താണ് സാധാരണ വെബ്സൈറ്റും ബ്ലോഗും തമ്മിലുള്ള വ്യത്യാസം? സാധാരണ വെബ്സൈറ്റിൽ ഒരു ഹോംപേജും അവ യിൽനിന്നും നിരവധി പേജുകളിലേക്കുള്ള ലിങ്കുകളും കാണാം. പല പ്പോഴും ഹോംപേജിൽ വ്യത്യസ്ത വിഭാഗങ്ങളിലായി വിവിധ വരിക ളിലും നിരകളിലുമായിരിക്കും ഇപ്രകാരം വിവരങ്ങളും ലിങ്കുകളും ക്രമീ കരിച്ചിരിക്കുന്നത്. എന്നാൽ ബ്ലോഗിനാകട്ടെ മുഖ്യപേജ് മാത്രമേ കാണൂ. പഴയ വിവരങ്ങൾ ആർക്കൈവ് ചെയ്ത് സൂക്ഷിച്ചിട്ടുണ്ടാകാമെങ്കിലും പ്രത്യക്ഷപ്പെടുന്ന ആദ്യപേജ് (സിംഗിൾ പേജ്) ആണ് ബ്ലോഗിന്റെ ആകർഷണീയത. ഈ പേജിൽ വിവിധ വരികളിലായി വിവിധ ടെക്സ്റ്റു കൾ (പലപ്പോഴും ഹൈപ്പർ ലിങ്കുകളായി) കാണാം. രചയിതാവ് ബ്ലോഗിൽ ഒരു പുതിയ വിവരം എഴുതുമ്പോൾ അത് ഏറ്റവും മുകളിൽ പ്രത്യക്ഷപ്പെടുന്നു. പഴയ വിവരങ്ങൾ മെല്ലെ മെല്ലെ താഴോട്ട് വന്നുകൊ

ണ്ടിരിക്കുന്നു. സൈഡ്ബാറിൽ മറ്റു സൈറ്റുകളിലേക്കുള്ള ലിങ്കുകളും കാണാം. ബ്ലോഗ് രചനയിലേർപ്പെടുന്നവർ പലപ്പോഴും വളരെ ക്രമത്തിൽ, ഗൗരവത്തോടെ എഴുതുകയല്ല; മറിച്ച് ലഭിക്കുന്ന വിവരങ്ങൾ/തോന്നുന്ന ചിന്തകൾ വളരെ സാധാരണത്വത്തോടെ 'കുത്തിക്കുറിക്കുകയാണ്'. ബ്ലോഗുകൾ സാധാരണ ആർക്കും കാണാവുന്ന തരത്തിൽ 'പബ്ലിക്ക്' ആണ്. സന്ദർശിക്കുന്നവർക്ക് ഫീഡ്ബാക്ക് നൽകാം. അവയെല്ലാം ആർക്കൈവ് രൂപത്തിൽ പ്രദർശിപ്പിക്കുകയുമാകാം.

സൈബർ സ്പേസിൽ അയത്നലളിതമായി, എന്നാൽ കാര്യഗൗരവം വിടാതെ ശബ്ദമുയർത്താനുള്ള വേദിയായി ഇന്ന് ബ്ലോഗുകൾ മാറിക്കഴിഞ്ഞു. വ്യത്യസ്ത മേഖലകളെക്കുറിച്ചും ഉപവിഭാഗങ്ങളെക്കുറിച്ചുമുള്ള ബ്ലോഗുകൾ (വിദ്യാഭ്യാസം, സിനിമ, സാങ്കേതികം, പാചകം...) കൊണ്ട് സമൃദ്ധമായ സൈബർ സ്പേസിനെ 'ബ്ലോഗോസ്ഫിയർ' എന്നും വിശേഷിപ്പിക്കാറുണ്ട്. ബ്ലോഗുകളെ പരസ്പരം ബന്ധപ്പെടാനും ബന്ധപ്പെടുത്താനും സഹായിക്കുന്ന ബ്ലോഗുകളും ബ്ലോഗോസ്ഫിയറിലുണ്ട്.

ഇനി ബ്ലോഗ് നിർമ്മാണം. ഗൂഗിളിന്റെ ഉടമസ്ഥതയിലുള്ള www.blogger.com അഥവാ www.blogspot.com ആണ് ഏറ്റവും പ്രചാരമുള്ള ബ്ലോഗ് നിർമ്മാണ സൈറ്റ്. Sign Up ബട്ടനിലൂടെ ലഭിക്കുന്ന പേജിൽ നമ്മുടെ യൂസർനാമവും പാസ്‌വേർഡും നൽകണം (നിർമ്മി

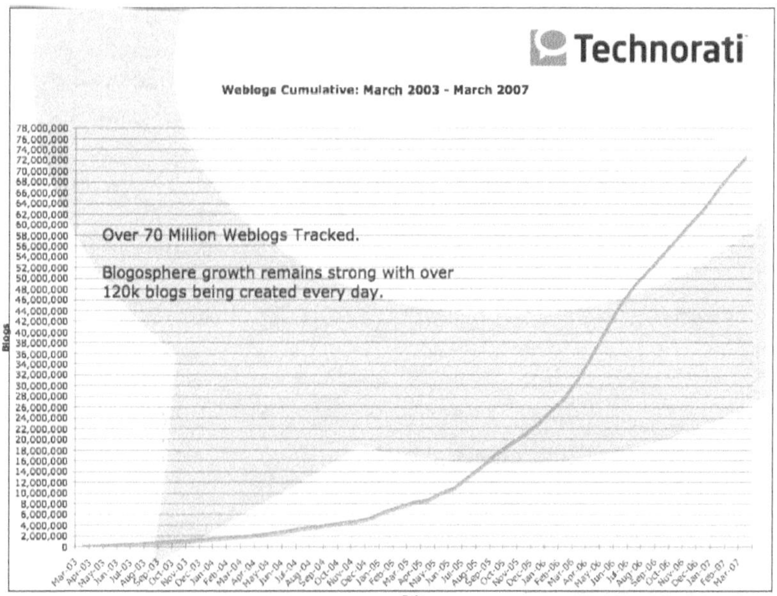

ബ്ലോഗുകളുടെ എണ്ണം

ചില ബ്ലോഗ് പദാവലികൾ

Post (പോസ്റ്റ്)	:	ബ്ലോഗിൽ വിവരങ്ങൾ നൽകൽ
vlog	:	വീഡിയോ ബ്ലോഗുകൾ, വീഡിയോ ക്ലിപ്പുകൾ പോസ്റ്റ് ചെയ്യുക.
Blogroll	:	ബ്ലോഗർമാർ തങ്ങൾ സ്ഥിരമായി സന്ദർശിക്കാറുള്ള മറ്റു ബ്ലോഗുകളിലേക്ക് ലിങ്കുകൾ നൽകുന്നത്.
Podcast/Audiocast	:	കേൾക്കാൻ കഴിയുന്ന വിധത്തിൽ ഒരു ഓഡിയോ ഫയലിനെ ബ്ലോഗിൽ പോസ്റ്റ്ചെയ്യുന്നത്.
Permalink	:	ഒന്നിലധികം പോസ്റ്റുകളുള്ള ഒരു ബ്ലോഗ് പേജിൽ ഒരു പ്രത്യേക പോസ്റ്റിന് മാത്രമായുള്ള ലിങ്ക് (യു ആർ എൽ).

ക്കണം), പിന്നീട് നമ്മുടെ ബ്ലോഗിന് പേര് നൽകുന്ന പ്രക്രിയയാണ്. Blog Title എന്ന ഭാഗത്ത് നൽകുന്ന പേരാണ് നമ്മുടെ ബ്ലോഗിന്റെ ശീർഷകം. അടുത്തത് http://ക്ക് ശേഷം blogspot.com എന്ന ഭാഗത്തിനുമുമ്പ് നമ്മളാഗ്രഹിക്കുന്ന യു ആർ എൽ നൽകുക. (ഉദാ: http://anvarsadath.blogspot.com) ഇതാണ് നമ്മുടെ ബ്ലോഗ് വിലാസം (വെബ്സൈറ്റ് വിലാസംപോലെ അനന്യമായ തിരിച്ചറയൽ അടയാളം). ശേഷം ബ്ലോഗിൽ ചില സ്റ്റാൻഡേർഡ് ടെംപ്ലേറ്റുകൾ പ്രദർശിപ്പിക്കാം. ഇതിൽനിന്നും നമുക്കിഷ്ടമുള്ളത് തിരഞ്ഞെടുത്താൽ നമ്മുടെ ബ്ലോഗ് ഇന്റർനെറ്റിൽ സജ്ജമായിക്കഴിഞ്ഞു.

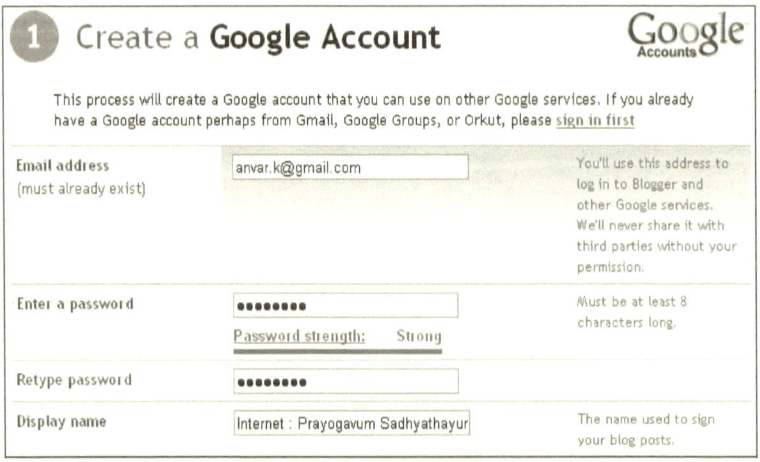
1 Create a Google Account

Google Accounts

This process will create a Google account that you can use on other Google services. If you already have a Google account perhaps from Gmail, Google Groups, or Orkut, please sign in first

Email address (must already exist) — anvar.k@gmail.com — You'll use this address to log in to Blogger and other Google services. We'll never share it with third parties without your permission.

Enter a password — •••••••• — Password strength: Strong — Must be at least 8 characters long.

Retype password — ••••••••

Display name — Internet : Prayogavum Sadhyathayur — The name used to sign your blog posts.

ബ്ലോഗ് നിർമ്മാണം 1 – അക്കൗണ്ട് സമ്പാദിക്കൽ

ബ്ലോഗ് നിർമ്മാണം 2 – പേരിടൽ

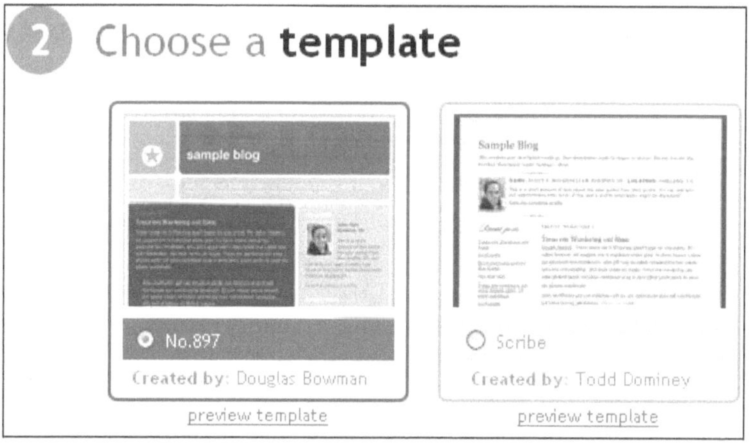

ബ്ലോഗ് നിർമ്മാണം 3 – ടെംപ്ലേറ്റ് തിരഞ്ഞെടുക്കൽ

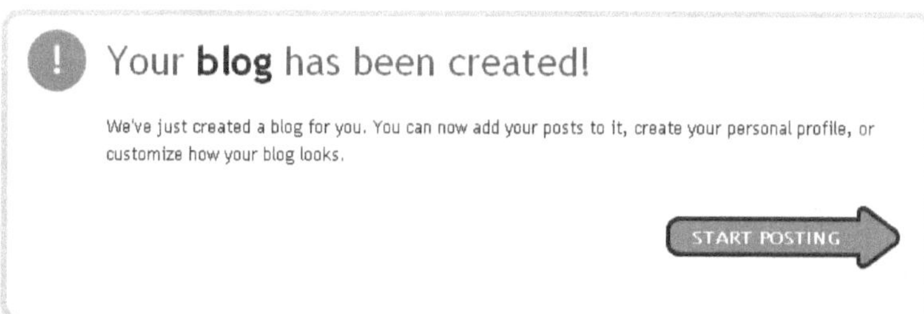

ബ്ലോഗ് നിർമ്മാണം 4

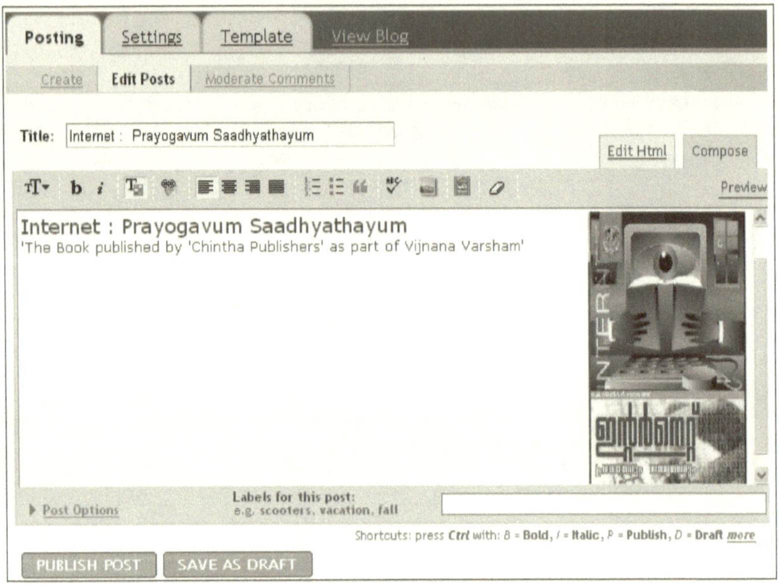

ബ്ലോഗ് നിർമ്മാണം 5–
വിവരങ്ങളും ചിത്രങ്ങളും നൽകലും ഫോർമാറ്റിംഗും

ഇനി വേണ്ടത് നിങ്ങൾക്കാവശ്യമുള്ള വിവരങ്ങൾ (ബ്ലോഗ് പോസ്റ്റുകൾ) നൽകലാണ്. Posting ടാബിനു കീഴിൽ വിവിധ ലേബലുകൾ നൽകാനും ഒരു വേർഡ് ഡോക്യുമെന്റിൽ വിവരങ്ങൾ ടൈപ്പ്ചെയ്ത് ഫോർമാറ്റ് ചെയ്യുന്നപോലെ (ഫോണ്ടിന്റെ വലുപ്പം, നിറം, ക്രമം...) ക്രമീകരിക്കാനും സൗകര്യമുണ്ട്. ചിത്രങ്ങൾ കൂട്ടിച്ചേർക്കാം. വായനക്കാരുടെ അഭിപ്രായങ്ങൾ ശേഖരിക്കാനും അവ പ്രസിദ്ധീകരിക്കുന്നതിന് മുമ്പ് പരിശോധിക്കാനും settings ടാബിൽ സൗകര്യമുണ്ട്. ഒരിക്കൽ തിരഞ്ഞെടുത്ത കാര്യങ്ങൾ പിന്നീട് മാറ്റാം/എഡിറ്റ് ചെയ്യാം. നമ്മുടെ സ്വകാര്യ വിവരങ്ങൾ സേർച്ച് എഞ്ചിനുമുകളിൽ ലിസ്റ്റ് ചെയ്യുന്നത് തടയാം.

ബ്ലോഗുകളെ പിന്തുടരുന്ന സേവനമാണ് വെബ്ലോഗുകൾക്കുള്ളത്. വെബ്ലോഗുകൾ സന്ദർശിച്ചാണ് പുതിയ ബ്ലോഗുകളെക്കുറിച്ചും അല്ലെങ്കിൽ ഒരു ബ്ലോഗിലെ പുതിയ 'പോസ്റ്റിനെ'ക്കുറിച്ചും അറിയുന്നത്.

മലയാളത്തിലും ഇന്ന് ബ്ലോഗുകൾ സജീവമാണ്. 'ബൂലോകം' എന്നാണ് മലയാള ബ്ലോഗുകളെ വിശേഷിപ്പിക്കാറ്. ബ്ലോഗുകളിൽ വന്ന വിവരങ്ങൾ ക്രോഡീകരിച്ച് പുസ്തകമായി പ്രസിദ്ധീകരിച്ച അനുഭവവും മലയാളത്തിനുണ്ട്.

പലപ്പോഴും നമുക്ക് വേണ്ട ബ്ലോഗുകളിലെ പേജുകൾ ആ ബ്ലോഗുകൾ സന്ദർശിക്കാതെതന്നെ നമ്മുടെ കമ്പ്യൂട്ടറിൽ എത്തുന്നത് XML

(Extensible Markup Language), RSS (Really Simple Syndication) തുടങ്ങിയ സാങ്കേതികവിദ്യകളിലൂടെയാണ്. ഈ പേജുകൾ നമ്മുടെ കമ്പ്യൂട്ടറിലെത്തിച്ചുതരുന്ന സോഫ്റ്റ്വെയറുകൾ (ക്ലയന്റ് സോഫ്റ്റ്വെയർ) ആണ് ഫീഡ് റീഡറുകൾ (Feed readers). ഇത്തരം ഫീഡറുകൾ ബ്രൗസറുകളുടെ പുതിയ പതിപ്പുകളിലോ അല്ലെങ്കിൽ പ്ലഗ്-ഇൻ ആയോ

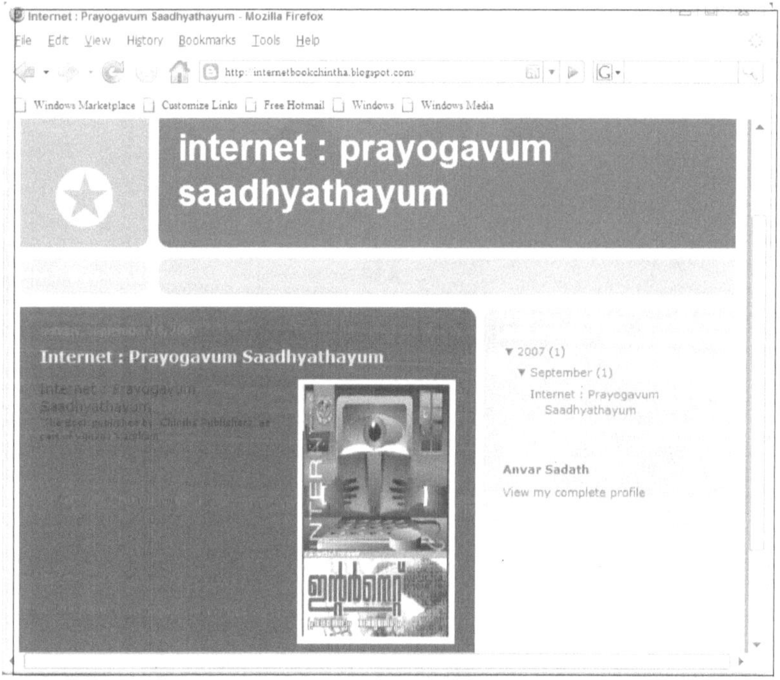

തയ്യാറാക്കിയ ബ്ലോഗ് ഇന്റർനെറ്റിൽ

കാണാം. നമ്മുടെ മിക്ക പത്രങ്ങളുടേയും ചാനലുകളുടേയും വെബ്സൈറ്റുകളിൽ വിവരങ്ങൾ പുതുക്കുന്നതും ഇത്തരം ന്യൂസ് അഗ്രഗേറ്ററുകൾ ഉപയോഗിച്ചാണെന്നോർക്കുക.

ബ്ലോഗർ ഡോട്ട് കോമിനു പുറമെ Indiatimes, rediff, msn, wordpress, Livejournal... എന്നിങ്ങനെ ബ്ലോഗ് നിർമ്മാണ സൈറ്റുകളുടെ ഒരു വലിയ പട്ടികതന്നെ ലഭ്യമാണ്.

10

ബ്രോഡ്ബാന്റ്

സാധാരണഗതിയിൽ വേഗതകൂടിയ, മുഴുവൻ സമയവും ലഭിക്കുന്ന ഇന്റർനെറ്റ് കണക്ഷനെയാണ് 'ബ്രോഡ്ബാന്റ്' എന്ന് വിശേഷിപ്പിക്കാറുള്ളത്. എന്നാൽ ഒരേസമയംതന്നെ വ്യത്യസ്ത ചാനലുകളിലായി ഒന്നിലധികം ഡേറ്റ/ഓഡിയോ/വീഡിയോ വിവരങ്ങളുടെ സുഗമമായ പ്രവാഹം ഉറപ്പുവരുത്താൻ സഹായിക്കുന്ന സംപ്രേഷണ സംവിധാനമാണ് ബ്രോഡ്ബാന്റ്.

നിലവിൽ ബഹുഭൂരിഭാഗം ഇന്റർനെറ്റ് ഉപയോക്താക്കൾക്കും ഡയൽ-അപ് കണക്ഷൻ വഴിയാണ് (കമ്പ്യൂട്ടർ-മോഡം-ടെലിഫോൺ ലൈൻ) ഇന്റർനെറ്റ് കണക്ഷൻ ലഭിക്കുന്നത്. കുറഞ്ഞ വേഗതയും (പരമാവധി 10 കെ ബി പി എസ്), മണിക്കൂറിന് ശരാശരി 30 രൂപ നിരക്കിൽ വരുന്ന ചെലവും കാരണം ഇന്റർനെറ്റധിഷ്ഠിത സേവനങ്ങൾ പലതും (ഓൺലൈൻ വിദ്യാഭ്യാസം, ടെലിമെഡിസിൻ, ഇ-കൊമേഴ്സ്) ഈ രീതിയിൽ പ്രയോജനപ്പെടുത്തി വരുന്നില്ല. ഇന്ത്യാ ഗവൺമെന്റ് 2004 ഒക്

ഡി എസ് എൽ

ടോബർ 14ന് പുറത്തിറക്കിയ 'ബ്രോഡ്ബാന്റ്' പോളിസിയിൽ, ബ്രോഡ്ബാന്റ് കണക്ഷനുള്ള കുറഞ്ഞ വേഗത 256 കെ ബി പി എസ് ആയി നിജപ്പെടുത്തിയിട്ടുണ്ട്.

ഫൈബർ ഓപ്റ്റിക് കേബിളുകൾ

ബ്രോഡ്ബാന്റ് സേവന പരിധിയിൽ പെടുത്തിയ പ്രധാനപ്പെട്ട ഒരു രീതി ഫൈബർ ഓപ്റ്റിക് കേബിളുകൾവഴിയാണ്. വളരെ നേർത്ത സിലിക്കൺ തന്തുക്കൾക്കുള്ളിലൂടെ ലേസർ രശ്മികളുടെ സഹായത്തോടെ വിവരകൈമാറ്റം നടത്തുന്ന രീതിയാണിത്. ഇലക്ട്രിക് സിഗ്നലുകൾ, റേഡിയോ തരംഗങ്ങൾ എന്നിവയേക്കാൾ ആയിരക്കണക്കിന് മടങ്ങ് ഡേറ്റ വഹിക്കാനുള്ള ശേഷി ഫൈബർ ഓപ്റ്റിക് കേബിളുകൾക്കുണ്ട്. പ്രസരണനഷ്ടമില്ലാതെ ഉപയോക്താവിന്റെ കമ്പ്യൂട്ടർ വരെ നീളുന്ന സ്ഥിരമായ പാത സൃഷ്ടിക്കാനാകും എന്നതാണ് ഇവയുടെ പ്രധാന ഗുണമേന്മ. ചെലവ് കൂടുതലാണ് എന്ന പരിമിതിയുണ്ട്.

നിലവിൽ ചെമ്പുകമ്പികൾ ഉപയോഗിച്ച് വിന്യസിച്ചിട്ടുള്ള ടെലിഫോൺ ലൈനിലൂടെ ബ്രോഡ്ബാന്റ് സേവനം ലഭ്യമാക്കാൻ കഴിയുന്ന സാങ്കേതികവിദ്യയാണ് ഡി എസ് എൽ (ഡിജിറ്റൽ സബ്സ്ക്രൈബർ ലൈൻ). സാധാരണ നമ്മുടെ ടെലിഫോൺ ശൃംഖലനിൽ ലൈനിൽ ലഭ്യമായ ബാൻഡ്‌വിഡ്ത്തിന്റെ (ഡേറ്റാപ്രവാഹത്തിന്റെ ശേഷി) ചെറിയൊരു ഭാഗം മാത്രമേ ശബ്ദവിനിമയത്തിനായി ഉപയോഗിക്കുന്നുള്ളൂ. ഡി എസ് എല്ലിൽ വ്യത്യസ്ത ആവൃത്തികളുപയോഗിച്ച് ഡേറ്റയും ശബ്ദവും ഈ കമ്പികളിലൂടെ ത്തന്നെ സംപ്രേഷണം ചെയ്യുകയാണ് ചെയ്യുന്നത്. പ്രാദേശിക ടെലിഫോൺ എക്സ്ചേഞ്ചിന്റെ നിശ്ചിത പരിധിക്കകത്തുള്ള പ്രദേശത്ത്

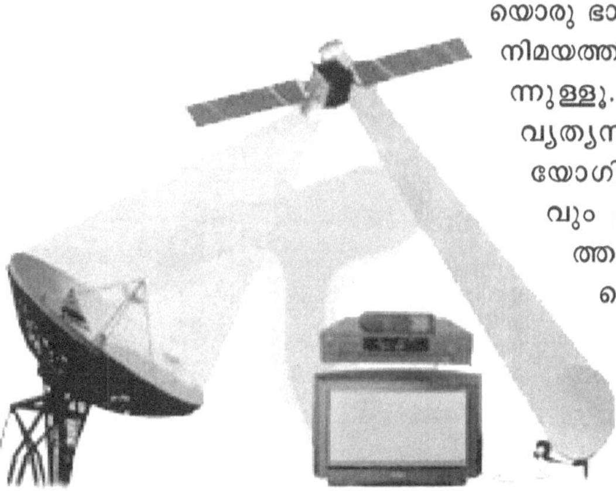

ഡി ടി എച്ച്

മാത്രമേ ഡി എസ് എല്ലിന് വ്യക്തത ലഭിക്കൂ എന്ന പരിമിതിയുണ്ട്. ബി എസ് എൻ എൽ 'ഡേറ്റാവൺ' എന്ന പേരിൽ ഡി എസ് എൽ അധിഷ്ഠിത ബ്രോഡ്ബാന്റ് സേവനം ഇപ്പോൾ നൽകിവരുന്നുണ്ട്. 256, 384, 512 എന്നീ കെ ബി പി എസുകളിലും 2 എംബി പി എസിലും നൽകുന്ന 'ഡേറ്റാ വൺ' സംവിധാനത്തിന്റെ വിശദാംശങ്ങൾ www.bsnl.co.in/services/dataone.htm എന്ന ലിങ്കിൽനിന്നും ലഭിക്കുന്നതാണ്.

സാധാരണ ടെലിവിഷൻ പരിപാടികൾ ലഭിക്കുന്ന കേബിൾ ലൈനിലൂടെ ഇന്റർനെറ്റ് സേവനവും ലഭ്യമാക്കുന്ന സംവിധാനമാണ് കേബിൾ ഇന്റർനെറ്റ്. ഒരു കേബിൾ മോഡം വഴി കേബിളിൽനിന്നും കമ്പ്യൂട്ടറിലേക്കും ടെലിവിഷനിലേക്കും യഥാക്രമം ഇന്റർനെറ്റും ടെലിവിഷൻ പരിപാടികളും ഇത് വഴി ലഭ്യമാക്കുന്നു. കേബിളിലൂടെ 6 മെഗാഹെർട്സ് ആവൃത്തിയിൽ പ്രത്യേക ബ്ലോക്കുകളാക്കി (ഏകദേശം 30 എം ബി പിഎസ് ശേഷിയിൽ വരെ) വ്യത്യസ്ത ചാനലുകളിലായി രണ്ടു ദിശയിലും ഡേറ്റാ കൈമാറ്റം സാധിക്കുന്ന ഉപകരണങ്ങൾ ഇപ്പോൾ ലഭ്യമാണ്. ഇതിൽ ഒരു പ്രദേശത്തെ കേബിൾ ഉപയോക്താക്കളെല്ലാം പൊതുവായ ചാനൽ പങ്കുവെക്കുന്നതിനാൽ ഉപയോക്താക്കളുടെ എണ്ണത്തിനനുസരിച്ച് ബാൻഡ്വിഡ്ത്ത് വിഭജിക്കേണ്ടിവരുന്നു എന്ന പരിമിതി ഉണ്ട്. അമേരിക്ക, കാനഡ രാജ്യങ്ങളിൽ ബ്രോഡ്ബാന്റിന്റെ യഥാക്രമം 74%, 55% വും കേബിൾ ശൃംഖല വഴിയാണ്.

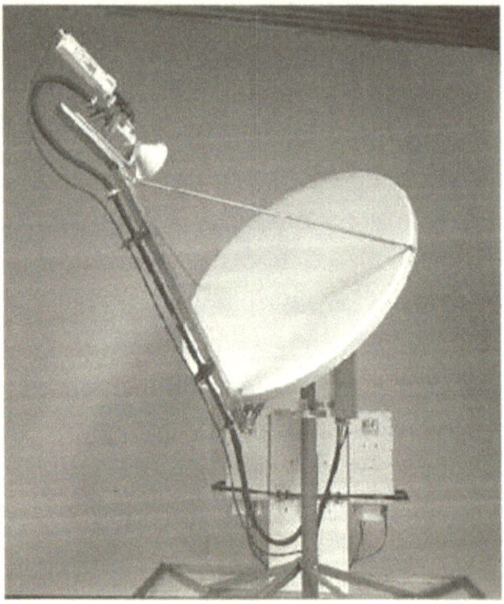

വി-സാറ്റ്

ഇന്ത്യയിൽ അഞ്ചരലക്ഷം കിലോമീറ്റർ (പൊതുമേഖലയിൽ ബി എസ് എൻ എൽ, എം ടി എൻ എൽ ശൃംഖലകളിലായി 4.5 ലക്ഷം കി. മീറ്ററും സ്വകാര്യമേഖലയിൽ 1 ലക്ഷം കിലോമീറ്ററും) വ്യാപ്തിയിൽ ഫൈബർ ഓപ്റ്റിക് കേബിളുകൾ വിന്യസിച്ചിട്ടുണ്ട്. കേരളത്തിലാണെങ്കിൽ പഞ്ചായത്ത് തലത്തിൽ വരെ ഫൈബർ ഓപ്റ്റിക് കേബിളുകൾ വന്നുകഴിഞ്ഞു. ഡി എസ് എൽ രീതി പ്രയോജനപ്പെടുത്താനായി നിലവിൽ 4 കോടി കോപ്പർ ലൂപ്പുകൾ നമ്മുടെ പൊതുമേഖലയ്ക്ക് സ്വന്തമായുണ്ട്. ഇതിൽ 1.4 കോടിയും ഗ്രാമീണമേഖലയിലാണുതാനും. ചുരുക്കത്തിൽ ബ്രോഡ്ബാന്റ് സംവിധാനം നമ്മുടെ ഉൾനാടുകളിലേക്കുവരെ

എത്തുന്ന വിധത്തിൽ നിലവിലുള്ള സംവിധാനം പ്രയോജനപ്പെടുത്തുന്ന കാര്യം നമ്മുടെ മുന്തിയ പരിഗണനയിൽപ്പെടുത്തേണ്ട കാര്യമാണ്.

ഉപഗ്രഹാധിഷ്ഠിത ബ്രോഡ്ബാന്റ് വിനിമയ സംവിധാനങ്ങളിൽ ഏറ്റവും പ്രധാനപ്പെട്ടത് 'വിസാറ്റ്' (Very Small Aperture Terminal) രീതിയാണ്. 'വിസാറ്റിൽ' വ്യത്യസ്ത കമ്പ്യൂട്ടറുകൾ ഭൗമോപരിതലത്തിലുള്ള ഗ്രൗണ്ട് സ്റ്റേഷനിലൂടെ ('ഹബ്') ഉപഗ്രഹംവഴിയാണ് സിഗ്നലുകൾ കൈമാറുന്നത്. ഏത് വിദൂരസ്ഥലത്തേക്കും കണക്ഷൻ നൽകാൻ കഴിയുന്ന 'വിസാറ്റ്' പൊതുവെ ചെലവേറിയതായതിനാൽ മറ്റു വിനിമയ സംവിധാനങ്ങൾ സാധ്യമല്ലാത്ത (ഗ്രാമീണ പ്രദേശങ്ങളിൽ പ്രത്യേകിച്ചും) സന്ദർഭങ്ങളിലാണ് ഇതുപയോഗിക്കുന്നത്. 512 കെ ബി പി എസ് മുതൽ 2 എം ബി പി എസ് വേഗതയിൽവരെ ഡേറ്റാ കൈമാറ്റം നടത്താൻ ഇന്ന് 'വിസാറ്റിന്' കഴിയും. ഇന്ത്യൻ 'ബ്രോഡ്ബാന്റ് പോളിസി'യിൽ 'വിസാറ്റ്' സേവനദാതാക്കൾക്ക് അനുകൂലമായ നിരവധി വ്യവസ്ഥകൾ (ആന്റിനയുടെ വലുപ്പം കുറയ്ക്കൽ, ഐ എസ് പി ലൈസൻസ് നൽകൽ, ക്ലിയറൻസ് എളുപ്പമാക്കൽ..) ഉൾപ്പെടുത്തിയിട്ടുണ്ട്.

ഡി ടി എച്ച് (Direct To Home) ആണ് മറ്റൊരു ഉപഗ്രഹാധിഷ്ഠിത ബ്രോഡ്ബാന്റ് സേവനസംവിധാനം. വ്യത്യസ്ത ചാനലുകളിൽ ടെലിവിഷൻ പരിപാടികൾ കാണുന്നതിന് കേബിൾ ശൃംഖല ഉപയോഗിക്കുന്നതിനു പകരം ചെറിയ ഡിഷ് ആന്റിന വീട്ടിൽ സ്ഥാപിച്ച് പരിപാടികൾ ലഭ്യമാക്കുന്ന സംവിധാനമാണിത്. ഇവിടെ പ്രാദേശിക കേബിൾ ഓപ്പറേറ്റർമാരുടെ ആവശ്യം വരുന്നില്ല. ഉപയോക്താവിന് നേരിട്ട് പ്രോഗ്രാമുകൾ ലഭ്യമാക്കുന്നപോലെ ഇന്റർനെറ്റും ലഭ്യമാക്കാം.

പ്രത്യേക കേബിളുകളൊന്നുമില്ലാതെ വയർലെസ് രീതിയിൽ റേഡിയോ സിഗ്നലുകളുടെ സഹായത്തോടെ ഡേറ്റാ വിനിമയം സാധ്യമാക്കുന്ന 'വയർലെസ് ഇന്റർനെറ്റ്' രീതിയും ഇന്ന് പ്രചുരപ്രചാരം നേടിക്കഴിഞ്ഞു. ഇവിടെ ഉപയോക്താവും സേവനദാതാവും തമ്മിലുള്ള വിനിമയം അനുവദിക്കപ്പെട്ടിട്ടുള്ള പ്രത്യേക ആവൃത്തി പരിധിക്കുള്ളിലായിരിക്കും. Wireless Fidelity (wifi) എന്ന ഇത്തരത്തിലുള്ള ഒരു സംവിധാനം 802.11 സ്റ്റാൻഡേർഡുകളുടെ വകഭേദങ്ങ

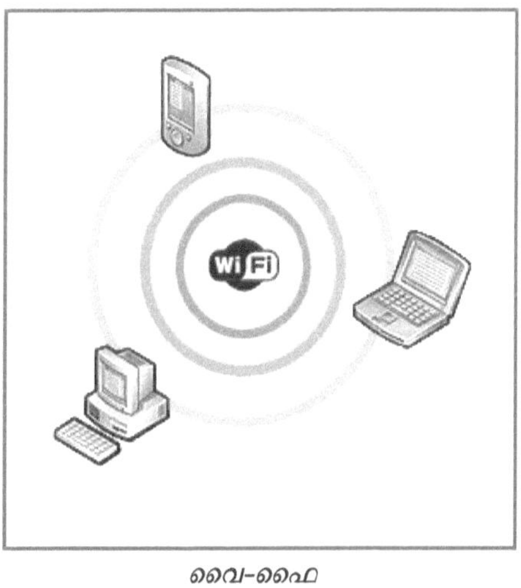

വൈ-ഫൈ

ളിലാണ് പ്രവർത്തിച്ചുവരുന്നത്. 2.40 - 2.48 ജിഗാഹെർട്സിലുള്ള വയർലെസ് ബാൻഡ് നമ്മുടെ ബ്രോഡ്ബാന്റ് നയത്തിൽ ഡീലൈസൻസ് ചെയ്തതിനാൽ വയർലെസ് ഓപ്പറേറ്റർമാർക്ക് അവരുടെ സേവനപരിധി കൂടുതൽ വ്യാപിപ്പിക്കാനാകും.

നിലവിൽ മൊബൈൽഫോണുകൾ വഴിയും ഇന്റർനെറ്റ് കണക്ഷൻ ലഭിക്കുന്നത് ശേഷികൂടിയ ബ്രോഡ്ബാന്റ് രീതിയിലാക്കാൻ കഴിയുമോ എന്നതാണ് സാങ്കേതികരംഗത്ത് ഇപ്പോഴുള്ള പ്രധാന ചർച്ചാവിഷയം.

11

എം എം എസ്

മൊബൈൽഫോണുകളുടെ ആദ്യ തലമുറ ശബ്ദംമാത്രം കൈകാര്യംചെയ്യാൻ കഴിയുന്നവയായിരുന്നു. എന്നാൽ ഡിജിറ്റൽ സമ്പ്രദായം വിനിമയമേഖലയിലും ആധിപത്യം പുലർത്തിയപ്പോൾ ശബ്ദത്തോടൊപ്പം ഡാറ്റയും വിനിമയം നടത്താൻ ശേഷിയുള്ള മൊബൈൽ ഫോണുകൾ ഇന്ന് സർവ്വസാധാരണമായി. ഇന്റർനെറ്റിൽനിന്നും സെൽഫോണിൽനിന്നും സെൽഫോണുകളിലേക്ക് സന്ദേശം കൈമാറാൻ സഹായിക്കുന്ന വിനിമയ സംവിധാനമാണ് എസ് എം എസ് (ഷോർട്ട് മെസേജിങ് സർവീസ്).

നാം മൊബൈൽഫോണിൽ സംസാരിച്ചുകൊണ്ടിരിക്കുകയാണെങ്കിൽപ്പോലും സംഭാഷണത്തെ തടസ്സപ്പെടുത്താതെ സന്ദേശം സ്വീകരിക്കാനാകും എന്നതാണ് എസ് എം എസിന്റെ പ്രത്യേകത. മാത്രമല്ല നാം ഒരാൾക്ക് ഒരു സന്ദേശം അയയ്ക്കുകയാണെങ്കിൽ സ്വീകർത്താവിന്റെ മൊബൈൽഫോൺ ഓഫായിരിക്കുകയോ അല്ലെങ്കിൽ അദ്ദേഹം പരിധിക്കു പുറത്തോ ആണെങ്കിൽ പിന്നീട് മൊബൈൽഫോൺ ഓണാകുന്ന (അല്ലെങ്കിൽ സിഗ്നലിന്റെ പരിധിക്കുള്ളിലാകുന്ന) സമയത്ത് ആ സന്ദേശം സ്വീകർത്താവിനു ലഭിക്കും.

കുറഞ്ഞ ചെലവിൽ വൈവിധ്യമാർന്ന സേവനങ്ങൾ വാഗ്ദാനം ചെയ്യുന്ന ഒരു സംവിധാനമായി 'ടെക്സ്റ്റ് മെസേജുകൾ' ഇന്ന് മാറിയിട്ടുണ്ട്. ആരോഗ്യ-വിദ്യാഭ്യാസമേഖലകളിലെ ക്യാമ്പെയിൻ സജീവമാക്കാൻ (രക്തദാനത്തിന് താൽപ്പര്യമുള്ളവരുടെ രക്തഗ്രൂപ്പ് രജിസ്റ്റർ ചെയ്യാനുൾപ്പെടെ) എസ് എം എസ് ഇന്ന് ഉപയോഗിക്കുന്നുണ്ട്. കർഷകർക്കും മൽസ്യത്തൊഴിലാളികൾക്കുമെല്ലാം വ്യത്യസ്ത കമ്പോളങ്ങളിലെ വില

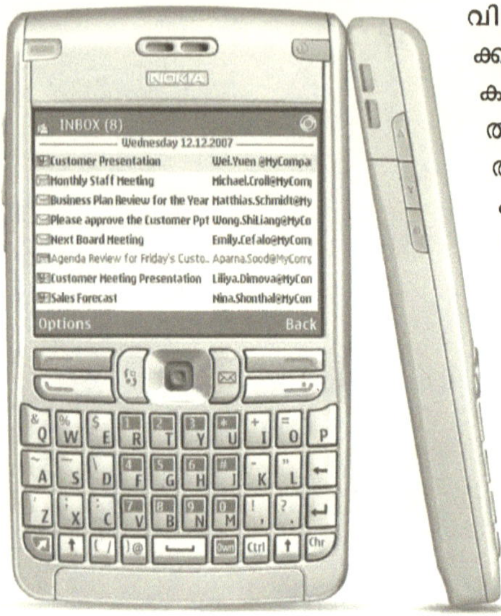

വിവരം അറിയാൻ സഹായിക്കുന്ന എസ് എം എസ് മെനുകൾ ഇന്ന് പല മൊബൈൽദാതാക്കളും ലഭ്യമാക്കുന്നുണ്ട്. തട്ടിക്കൊണ്ടുപോയ കുട്ടിയെ കണ്ടുപിടിക്കാൻവരെ ദ്രുതഗതിയിൽ പ്രചരിച്ച മൊബൈൽ സന്ദേശങ്ങൾക്ക് കഴിഞ്ഞതായി യൂറോപ്പിൽനിന്ന് വാർത്തയുണ്ട്.

ഡോക്ടർമാരുമായി സന്ദർശനസമയം നിർണ്ണയിക്കുന്നതിനും ഗ്ലോബൽ പൊസിഷനിങ് സിസ്റ്റത്തിന്റെ (ജിപിഎസ്) കൂടെ സ്ഥാനനിർണ്ണയത്തോടൊപ്പം സന്ദേശകൈമാറ്റത്തിനും എസ്എം എസ് ഇന്ന് ഉപയോഗിക്കുന്നുണ്ട്. കാർമോഷണം നടന്നാൽ ഉടമസ്ഥന്റെ മൊബൈൽഫോണിലേക്ക് കാറിനുള്ളിൽ പ്രതിഷ്ഠിച്ചിട്ടുള്ള ഉപകരണത്തിൽനിന്ന് തനിയെ സന്ദേശം അയക്കാനും, കാറിന്റെ സ്ഥാനം നിശ്ചയിക്കാനും, ഉടൻ പോലീസിലേക്ക് വിവരംനൽകാനും എന്തിന് കാറിന്റെ എഞ്ചിൻ പ്രവർത്തനരഹിതമാക്കാൻവരെ സഹായിക്കുന്ന എസ് എം എസ് സംവിധാനങ്ങൾ ഇന്ന് കമ്പോളത്തിലിറങ്ങിയിട്ടുണ്ട്.

ബാങ്കിങ് ക്രയവിക്രയങ്ങൾ ഉടമസ്ഥനെ അപ്പപ്പോൾ അറിയിക്കാനും സർവേ, ഫീഡ്ബാക്ക്, വാർത്ത, വിനോദം തുടങ്ങിയവയ്ക്കും മൊബൈൽഫോണിലൂടെ സന്ദേശകൈമാറ്റം ഉപയോഗിക്കുന്നുണ്ട്. സന്ദേശങ്ങൾ അയക്കാൻകഴിയുന്ന ലാൻഡ് ഫോണുകൾ കേരളത്തിലും വ്യാപകമാക്കുമെന്ന് ബി എസ് എൻ എൽ പ്രഖ്യാപിച്ചുകഴിഞ്ഞു. റിലയൻസ് ഇപ്പോൾ ഈ സൗകര്യം ലഭ്യമാക്കുന്നുണ്ട്. ബി എസ് എൻ എൽ മൊബൈൽഫോണിൽ 'സെൽവൺ' എന്ന മെനുവിലൂടെ വിവിധ എസ് എം എസ് സേവനങ്ങൾ പരീക്ഷിച്ചുനോക്കാവുന്നതാണ്.

ഒരു ദൃശ്യമാധ്യമപ്രവർത്തകന് സംഭവങ്ങളുടെ ദൃശ്യങ്ങൾ അവരുടെ സംപ്രേഷണ സ്റ്റുഡിയോയിലേക്കയക്കാനോ ഒരു വിവാഹച്ചടങ്ങിന്റെ ദൃശ്യം ഗൾഫിലിരിക്കുന്ന ബന്ധുക്കൾക്കെത്തിക്കാനോ ഇനി കാമറ ഉപയോഗിച്ച് റെക്കോർഡ് ചെയ്യേണ്ടിവരില്ല. പകരം മൊബൈൽ ഫോണുപയോഗിച്ച് ഇത് റെക്കോർഡ് ചെയ്യാനും, മറ്റു മൊബൈൽ ഫോണുകളിലേക്ക് ഉടനടി കൈമാറാനും കഴിയുന്ന സംവിധാനം വ്യാപകമായിത്തുടങ്ങിയിരിക്കുകയാണ്.

മൊബൈൽഫോണുകളിലൂടെ സന്ദേശങ്ങൾ കൈമാറാൻ ഉപയോഗിക്കുന്ന എസ് എം എസ് (ഷോർട്ട് മെസേജിങ് സർവീസ്) രീതിയുടെ പ്രധാന പരിമിതി പരമാവധി 160 അക്കങ്ങളുള്ള സന്ദേശങ്ങൾ മാത്രമേ ഇതുവഴി കൈമാറാൻ കഴിയൂ എന്നതാണ്. മാത്രമല്ല ചിത്രം, ഗ്രാഫിക്സ്, ഓഡിയോ-വീഡിയോ ക്ലിപ്പുകൾ തുടങ്ങിയവ സംയോജിപ്പിച്ചും (മൾട്ടിമീഡിയ) പ്രത്യേകമായും അയക്കാനും ഇതുവഴി കഴിയില്ല.

വയർലെസ് വിനിമയത്തിന് ഉപയോഗിക്കുന്ന താരതമ്യേന വേഗം കൂടിയ ജി പി ആർ എസ് (ജനറൽ പാക്കറ്റ് റേഡിയോ സർവീസ്) ഉൾപ്പെടെയുള്ള സംവിധാനങ്ങൾ ഉപയോഗിച്ച് മൊബൈൽഫോണുകളിലൂടെ ഇന്റർനെറ്റ് സേവനംവരെ നൽകുന്ന രീതി ഇന്ന് പ്രചുരപ്രചാരം നേടിയിട്ടുണ്ട്. എന്നാൽ ഇവ വാഗ്ദാനംചെയ്യുന്ന ബാൻഡ്‌വിഡ്ത് ശേഷി എസ് എം എസ് സന്ദേശങ്ങൾ വളരെ പരിമിതമായേ പ്രയോജനപ്പെടുത്തുന്നുള്ളു. ഇവിടെയാണ് മൾട്ടിമീഡിയ സന്ദേശങ്ങൾ മൊബൈൽ ഉപകരണങ്ങളിലൂടെ കൈമാറാനുള്ള മൾട്ടിമീഡിയ മെസേജിങ് സർവീസ് (എം എം എസ്) രീതിക്ക് പ്രസക്തിയേറുന്നത്.

നിലവിൽ എം എം എസ്സിൽ മൾട്ടിമീഡിയ സന്ദേശങ്ങൾ പ്രത്യേക രൂപത്തിൽ സംവിധാനം ചെയ്തത് പ്രസന്റേഷനുകളുടെ രൂപത്തിലാണ് (ഫ്രെയിമുകളായി) കൈമാറുന്നത്. അതായത് അക്ഷരം, ശബ്ദം, സംഗീതം, ചിത്രം, വീഡിയോ, ഗ്രാഫിക്സ് തുടങ്ങിയവയെല്ലാം നിയതമായ സമയത്ത് പ്രത്യേകരീതിയിൽ കൂടിച്ചേർന്ന് മൾട്ടിമീഡിയയുടെ പ്രതീതി ഉളവാക്കുകയാണ് ചെയ്യുന്നത്.

മൊബൈൽ ഫോണുകളുടെ മൂന്നാം തലമുറ (3G) വരുന്നതോടെയാണ് എം എം എസ് സംവിധാനം പൂർണതയോടടുക്കുന്നത്. എന്നാൽ ഇതിനുമുമ്പുതന്നെ (2.5G) ജി പി ആർ എസ് പോലുള്ള സംവിധാനങ്ങൾ പ്രയോജനപ്പെടുത്തി ധാരാളം മൊബൈൽ സേവനദാതാക്കൾ എം എം എസ് സേവനം നൽകിവരുന്നുണ്ട്. ഇപ്പോൾ ഇന്റർനെറ്റിലും മറ്റും കാണുന്ന ഫ്ളാഷ് ഫയലുകൾക്കും അനിമേറ്റഡ് സ്ലൈഡ് ഷോകൾക്കും സമാനമായ ഗുണവിശേഷങ്ങളാണ് എം എം എസിനുള്ളത്. മൂന്നാം തലമുറയോടെ സ്ട്രീമിങ് ഓഡിയോ/വീഡി

യോ മേന്മയുള്ള സന്ദേശങ്ങൾ അയക്കാനാകും എന്നാണ് പ്രതീക്ഷ.

എം എം എസിന്റെ പ്രവർത്തനം ഇങ്ങനെയാണ്: സുരേഷ്, രമേഷിനയയ്ക്കുന്ന സന്ദേശം സുരേഷിന്റെ തൊട്ടടുത്തുള്ള മൾട്ടീമീഡിയ സർവ്വീസ് സെന്ററിൽ എത്തുന്നു. സർവ്വീസ് സെന്റർ സന്ദേശം കിട്ടിയ വിവരം സുരേഷിനെയും, താങ്കൾക്കായി ഒരു സന്ദേശം കാത്തിരിക്കുന്നുവെന്ന കാര്യം രമേഷിനെയും അറിയിക്കുന്നു. രമേഷ് സൗകര്യം പോലെ ഈ സന്ദേശം തന്റെ മൊബൈൽഫോണിലേക്ക് ഡൗൺലോഡ് ചെയ്യുന്നു.

എം എം എസ് സേവനം നൽകുന്നതിന് ഉപയോക്താക്കൾ അവരുടെ മൊബൈൽ ഫോണും സർവീസ് ദാതാക്കൾ അവരുടെ ശൃംഖലയും ഈ രൂപത്തിൽ വിപുലീകരിക്കേണ്ടതുണ്ട്.

പുതിയ ഹാൻഡ്സെറ്റുകളെല്ലാം എം എം എസ് സേവനം ഉപയോഗിക്കാവുന്ന വിധത്തിലാണ് രൂപകല്പന ചെയ്തിരിക്കുന്നത് എന്ന് മാത്രമല്ല ഇന്റർനെറ്റ് സേവനങ്ങൾ മൊബൈൽഫോണിലൂടെയും ലഭ്യമാകുന്ന തരത്തിൽ സാങ്കേതികവിദ്യകളുടെ സംയോജനം (Convergence) ദ്രുതഗതിയിൽ നടന്നുകൊണ്ടിരിക്കുകയുമാണ്.

പടവുകൾ

വിദ്യാഭ്യാസം, തൊഴിൽമേഖലകളെക്കുറിച്ചുള്ള മലയാളത്തിലെ ആദ്യത്തെ വെബ്സൈറ്റാണ് 'പടവുകൾ' (www.padavukal.org). തൊഴിൽ, വിജയകരമായ തൊഴിൽ ജീവിതം, സ്വയംതൊഴിൽ, നിയമന ഏജൻസികൾ, സ്കോളർഷിപ്പും വായ്പകളും, അഭിരുചി പരീക്ഷകൾ, വിദ്യാഭ്യാസ സ്ഥാപനങ്ങൾ, വിദൂര വിദ്യാഭ്യാസം, വിദേശ വിദ്യാഭ്യാസം തുടങ്ങി പതിനൊന്ന് വിഭാഗങ്ങൾ ഈ പോർട്ടലിലുണ്ട്. ഐടിഐ കോഴ്സുകൾ മുതൽ പോസ്റ്റ്ഡോക്ടറൽ പ്രോഗ്രാമുകൾ വരെയും, ജി മാറ്റ്-ജിആർഇ-ടോഫൽ യോഗ്യതാ പരീക്ഷകളെക്കുറിച്ചും, എൻട്രൻസ് കമ്മീഷണർ-യുജിസി-എൻഡിഎ മത്സരപ്പരീക്ഷകളെക്കുറിച്ചുമെല്ലാമുള്ള വിവരങ്ങൾ www.padavukal.org ൽ ലഭ്യമാണ്. വിവിധ തൊഴിലുകൾ തിരഞ്ഞെടുക്കുമ്പോൾ ശ്രദ്ധിക്കേണ്ട കാര്യങ്ങളെക്കുറിച്ച് പ്രമുഖ വിദ്യാഭ്യാസ വിചക്ഷണരുടെ ലേഖനങ്ങൾകൂടി ഉൾപ്പെടുത്തിയിട്ടുള്ള പടവുകളിൽ അക്ഷരമാലാക്രമത്തിൽ വിഷയങ്ങൾ തിരയാനും സംവിധാനമുണ്ട്.

12

ഇന്റർനെറ്റ് 2

'ദ മെട്രിക്സ്' എന്ന വിഖ്യാതമായ ശാസ്ത്രകല്പിത സിനിമ കൂടിയ ഗുണമേന്മയോടെ കേവലം 30 സെക്കന്റുകൾകൊണ്ട് ഇന്റർനെറ്റ് വഴി ഡൗൺലോഡ് ചെയ്തും, അമേരിക്കയിലെ നോർത്ത് കരോലിന്യ ഹൈസ്കൂളിലെ വിദ്യാർത്ഥികൾ അറ്റോമിക് ശക്തിയുള്ള മൈക്രോസ്കോപ്പ് ഉപയോഗിച്ച് ചെസ്ബോഡിലെ കരുക്കളെയെന്നപോലെ വൈറസുകളെ ഉപയോഗിക്കുന്നതും, ഫ്ളോറിഡ സർവ്വകലാശാലയിലെ ബഹിരാകാശ ശാസ്ത്രജ്ഞർ വിവിധ ഗ്രഹങ്ങളിൽനിന്നുള്ള തരികളുടെ ഇൻഫ്രാറെഡ് ബിംബങ്ങൾ ശേഖരിക്കുന്നതും വിവിധ ഡോക്ടർമാർ അകലങ്ങളിലുള്ള രോഗികളുടെ ആന്തരിക പരിശോധനയുടെ വിവരങ്ങൾ തത്സമയം അറിയുന്നതും ചർച്ചകളിൽ പങ്കെടുക്കുന്നതുമെല്ലാം കൗതുകകരമായ കാഴ്ചയായി മാറുന്നത് 'എന്തു ചെയ്യുന്നു' എന്നതിലുപരി 'എവിടെനിന്നു ചെയ്യുന്നു' എന്നതുകൊണ്ടാണ്. അതായത് ഓഫീസുകളിലും ക്ലാസ്റൂമുകളിലും പരീക്ഷണശാലകളിലുമെല്ലാം ഇരുന്ന് തങ്ങളുടെ കമ്പ്യൂട്ടറുകളിലൂടെയാണ് ശക്തിമത്തായ ശൃംഖലയുടെ ശേഷി പ്രയോജനപ്പെടുത്തി വിദൂരതയിലുള്ള സംഭവങ്ങളെ തൊട്ടുമുമ്പിലെന്നപോലെ വീക്ഷിക്കുന്നതും അതിൽ തത്സമയ പങ്കാളിയാകുന്നതും. വളരെക്കുറഞ്ഞ വിഭാഗത്തിനുമാത്രം ഇന്നു പയോഗിക്കാൻ കഴിയുന്ന നാളത്തെ പൊതുവിനിമയ സംവിധാനമാകാൻ

പോകുന്ന പുതിയ ഇന്റർനെറ്റിന് (ഇന്റർനെറ്റ് 2-ന്) നന്ദി.

1996 ഒക്ടോബറിൽ 34-ഓളം ഗവേഷണസ്ഥാപനങ്ങളുടെ കൂട്ടായ്മയിലൂടെയാണ് ഇന്റർനെറ്റിന്റെ രണ്ടാം തലമുറയായ ഇന്റർനെറ്റ് 2-ന്റെ ജനനം. ഏകദേശം ഈ സമയത്തുതന്നെയാണ് ഫെഡറൽ ഗവൺമെന്റ് അടുത്ത തലമുറ ഇന്റർനെറ്റ് (Next Generation Internet അഥവാ NGI) എന്ന സംരംഭവുമായി മുന്നോട്ടുവരുന്നതും. ഇന്റർനെറ്റ് 2 എന്നത് സ്വകാര്യനിക്ഷേപത്തോടെ സർവ്വകലാശാലകളുടെ സംരംഭമായപ്പോൾ എൻ ജി ഐ പ്രധാനമായും നാസ, ഡിഫൻസ് ഡിപ്പാർട്ടുമെന്റ് തുടങ്ങിയ സർക്കാർ ഏജൻസികളുടെ മേൽനോട്ടത്തിലായിരുന്നു. യു സി എ ഐ ഡി (University Corporation for Advanced Internet Development) എന്ന ഏജൻസിയാണ് ഇന്റർനെറ്റ് 2-ന്റെ (www.internet2.edu) പ്രവർത്തനങ്ങളെ ഏകോപിപ്പിക്കുന്നത്.

അഡ്വാൻസ്ഡ് നെറ്റ്വർക്കിംഗ് സാങ്കേതികവിദ്യകളുടെയും ആപ്ലിക്കേഷനുകളുടെയും വികസനത്തിനുള്ള പരസ്പരസഹകരണത്തിന് ഇന്റർനെറ്റ് 2 അംഗങ്ങൾ പ്രതിജ്ഞാനബദ്ധരാണ്. പരീക്ഷണങ്ങൾക്കായി സർവ്വകലാശാലകൾക്ക് അവരുടെ ക്യാമ്പസുകളിൽ ഇന്നുള്ളതിനെക്കാൾ വളരെക്കൂടുതൽ ശക്തിമത്തായ നെറ്റ്വർക്ക് അന്തർഘടന ഏർപ്പെടുത്തണം. ഇവയെ നാഷണൽ ഇന്റർനെറ്റ് 2 ബാക്ക്ബോണുമായി ബന്ധിപ്പിക്കണം. സിസ്കോ സിസ്റ്റം, ഐ ബി എം, മൈക്രോസോഫ്റ്റ്, നോർട്ടൽ നെറ്റ്വർക്സ്, ക്വസ്റ്റ് കമ്യൂണിക്കേഷൻസ്, ഇന്റൽ, കോംകാസ്റ്റ് തുടങ്ങിയ അംഗങ്ങളായ കമ്പനികളെല്ലാം സർവ്വകലാശാലകൾക്ക് ഉപകരണങ്ങൾ നല്കാനും മറ്റുമായി കോടിക്കണക്കിന് ഡോളർ ഇതിനകം ചെലവഴിച്ചിട്ടുണ്ട്.

യഥാർത്ഥത്തിൽ സർവ്വകലാശാലകൾക്കു പുതിയ ഗവേഷണ പ്രവർത്തനങ്ങൾക്കെന്നപോലെ കമ്പനികൾക്ക് അവരുടെ നൂതന ഉൽപ്പന്നങ്ങളുടെയും സേവനങ്ങളുടെയും ഡിസൈൻ തയ്യാറാക്കുന്നതിനും വിദഗ്ദ്ധരുടെ ഫീഡ്ബാക്ക് യഥാസമയം ലഭിക്കുന്നതിനും ഇത്തരമൊരു പുതുശൃംഖല ആവശ്യമായിരുന്നു. പ്രകാശവേഗതയിൽ മുന്നേറിക്കൊണ്ടിരിക്കുന്ന ഇന്റർനെറ്റ് യുഗത്തിൽ പഴയ ഉൽപ്പന്നങ്ങളിൽ തങ്ങിനില്ക്കാതെ 'ഒരുമുഴം മുമ്പേ എറിയാൻ' തയ്യാറായില്ലെങ്കിൽ തങ്ങളുടെ സ്ഥാനം ചവറ്റുകൊട്ടയിലായിരിക്കും എന്ന യാഥാർത്ഥ്യം അവരെ ഭയപ്പെടുത്തി. ഇന്ന് വിപണിയിലിറങ്ങുന്ന കമ്പ്യൂട്ടറുകളെല്ലാം ഇന്റർനെറ്റ് സേവനം പ്രയോജനപ്പെടുത്താൻ കഴിയുന്നവയാണ് എന്നപോലെ നാളത്തെ വിവിധതരത്തിലുള്ള വാണിജ്യ ഉൽപ്പന്നങ്ങളെല്ലാം ഇത്തരം അഡ്വാൻസ് ശൃംഖലയുടെ സേവനങ്ങൾ പ്രയോജനപ്പെടുത്താൻ കഴിയുന്നവയായിരിക്കും.

വരുംവർഷങ്ങളിൽ സർവ്വകലാശാലകളിൽ മാത്രമൊതുങ്ങാതെ ആയിരക്കണക്കിനു സ്കൂളുകളെയും ലൈബ്രറികളെയും മ്യൂസിയങ്ങളെയുമെല്ലാം ഇന്റർനെറ്റ് 2-മായി ബന്ധിപ്പിക്കാനും പദ്ധതിയുണ്ട്.

അഡ്വാൻസ്ഡ് ശൃംഖലാരൂപീകരണത്തിനു സഹായിക്കാൻ കഴിയുന്ന സർവ്വകലാശാലകൾക്കെല്ലാമായി ഇന്റർനെറ്റ് 2-ന്റെ വാതായനങ്ങൾ തുറന്നുകൊടുത്തിട്ടുണ്ടെങ്കിലും ഇതിലെ സാമ്പത്തികബാദ്ധ്യതയാണ് പലരെയും പിറകോട്ടു വലിക്കുന്നത്. എന്നാൽ അംഗങ്ങളല്ലാത്ത കാമ്പസുകൾക്കും സഹകരണത്തിന്റെ പാത ഇന്റർനെറ്റ് 2 വാഗ്ദാനം ചെയ്യുന്നുണ്ട്. ഇരുപതു വർഷംമുമ്പ് കേവലമൊരു ഇന്റർനെറ്റ് കണക്ഷനെടുക്കുക എന്നത് ഇന്ന് ഇന്റർനെറ്റ് 2-ന്റെ അംഗത്വം നേടുന്നപോലെ സാമ്പത്തികമായി ബുദ്ധിമുട്ടുള്ള ഒന്നായിരുന്നല്ലോ? എന്നാൽ സാങ്കേതികവിദ്യയുടെ വികാസത്തിനനുസൃതമായി ചെലവു കുറയുമ്പോൾ ഇതിന്റെയും വ്യാപ്തി വളരെ കൂടും എന്നാണ് യു സി എ ഐ ഡിയുടെ പ്രതീക്ഷ.

നിലവിലുള്ള ഇന്റർനെറ്റിനെ പരിപൂർണ്ണമായും മാറ്റിക്കൊണ്ടുവരുന്ന ഒരു പ്രത്യേക ഭൗതികശൃംഖലയല്ല ഇന്റർനെറ്റ് 2. അക്കാദമിക് - സർക്കാർ - വ്യവസായസ്ഥാപനങ്ങളുടെ സഹകരണത്തോടെ വികസിപ്പിച്ചെടുക്കുന്ന നൂതന സാങ്കേതികവിദ്യകളും അവയുടെ പ്രയോഗങ്ങളും ആഗോള ഇന്റർനെറ്റിൽ പ്രയോജനപ്പെടുത്തുക തന്നെയാണ് ഇന്റർനെറ്റ് 2-ന്റെയും ലക്ഷ്യം. പ്രത്യേകം പ്രത്യേകം കണ്ടുപിടിച്ച ഇ-മെയിലും വേൾഡ് വൈഡ് വെബുമെല്ലാം ക്രമേണ ഇന്റർനെറ്റിലെ പ്രധാന സേവനങ്ങളായി മാറിയപോലെ, ഇന്റർനെറ്റ് 2-ന്റെ ലക്ഷ്യവും വിവിധങ്ങളായ സേവനങ്ങൾകൊണ്ട് നെറ്റിനെ ഫലഭൂയിഷ്ഠമാക്കുക എന്നതുതന്നെയാണ്. ഫെഡറൽ ഗവൺമെന്റിന്റെ സഹായത്തോടെ രണ്ട് അതിവേഗ ഫൈബർ ഓപ്റ്റിക് ബാക്ക്ബോണുകൾ ഇതിനകം രൂപീകരിച്ചിരുന്നു. എം സി ഐ വേൾഡ്. കോം എന്ന കമ്പനിയുടെ മേൽനോട്ടത്തിലുള്ള VBNS (Very high performance Backbone Network Service) ഉം ഇന്ത്യാന സർവ്വകലാശാലയുടെയും സിസ്കോ, നോർട്ടൽ, ക്വസ്റ്റ് തുടങ്ങിയ കമ്പനികളുടെയും മേൽനോട്ടത്തിലുള്ള Abilene ഉം ആണ് ഇവ. ഈ ബാക്ക്ബോണുകൾ നിലവിലുള്ള ഇന്റർനെറ്റുമായി സാമ്യമുള്ളതാണ്. ഇന്റർനെറ്റ് 2 അംഗങ്ങൾക്ക് സാധാരണ ഇന്റർനെറ്റിന്റെ പ്രവർത്തനരീതിയിൽ നിന്നു വ്യത്യസ്തമായി നേരെ ബാക്ക്ബോണിലേക്കുള്ള കണക്ഷൻ സാധ്യമാണ്. ഉപയോക്താക്കളിൽ നാലിലൊന്നു പേർ ഇപ്രകാരം നേരെ ബാക്ക്ബോണുമായി ബന്ധം സ്ഥാപിക്കുമ്പോൾ അവശേഷിക്കുന്നവർ രാജ്യത്തിന്റെ വിവിധ ഭാഗങ്ങളിലായി സ്ഥിതിചെയ്യുന്ന ഉയർന്ന വേഗം പ്രദാനം ചെയ്യുന്ന 'ഗിഗാപോപു'കൾ എന്ന അക്സസ് കേന്ദ്രങ്ങൾ (gigapop-gigabit point of presence) വഴിയാണ് ബാക്ക്ബോണുമായി ബന്ധം സ്ഥാപിക്കുന്നത്.

ഇന്റർനെറ്റ് 2-ന്റെ പ്രധാനമേന്മ അതിന്റെ വേഗമാണ്. സാധാരണ ഇന്റർനെറ്റിന് വേഗം കിലോബിറ്റിലും മെഗാബിറ്റിലും പറയുമ്പോൾ ഇന്റർനെറ്റ് 2-ന്റേത് ഗിഗാബിറ്റിൽ (10^9) ആണ്. ഇതിന്റെ ഏറ്റവും കുറഞ്ഞ കണക്ഷൻ വേഗംപോലും ഇന്ന് സർവ്വകലാശാലകളിൽ ലഭ്യ

ഇന്റർനെറ്റ് 2 ശൃംഖലയിലൂടെ സ്കൂൾ വിദ്യാർത്ഥികൾ പഠനവും പരസ്പര വിനിമയവും നടത്തുന്നു,

മായിട്ടുള്ള കണക്ഷനെക്കാൾ നൂറുമടങ്ങും സാധാരണ ഡയൽ-അപ് കണക്ഷനെക്കാൾ 3000 മടങ്ങും കൂടുതലാണ്. 2006 ഡിസംബർ 31-ന് 30,000 കിലോമീറ്റർ ദൂരത്തേക്കുള്ള ഡേറ്റാ സംപ്രേഷണത്തിൽ അഞ്ചു മണിക്കൂറിനിടയിൽ സെക്കന്റിൽ 9.8 ഗിഗാബിറ്റ്സ് എന്ന റെക്കോർഡ് വേഗത (9.8 ജി ബി പി എസ്) ഇന്റർനെറ്റ് 2 കൈവരിക്കുകയുണ്ടായി.

ഇന്റർനെറ്റിലൂടെ വിവരങ്ങൾ കൈമാറുന്നത് വിവിധ ലോജിക്കൽ 'പാക്കറ്റുകൾ' ആയിട്ടാണ്. ഇങ്ങനെയുള്ള സംപ്രേഷണത്തിനിടയ്ക്ക് ഡേറ്റ നഷ്ടപ്പെടുന്നതും കമ്പ്യൂട്ടറുകളിൽനിന്നു കമ്പ്യൂട്ടറുകളിലേക്കു സഞ്ചരിക്കുമ്പോഴുണ്ടാകുന്ന താമസവും സമയനഷ്ടവും ഒഴിവാക്കാനുള്ള സംവിധാനത്തെയാണ് QoS (Quality of Service) എന്നു വിശേഷിപ്പിക്കുന്നത്. നിലവിലുള്ള ഇന്റർനെറ്റിലൂടെ വീഡിയോ സംപ്രേഷണം നടത്തുമ്പോൾ പലപ്പോഴും അതിലെ ഡേറ്റ (പാക്കറ്റുകൾ) എല്ലാം ഒരേ സമയത്ത് ലക്ഷ്യസ്ഥാനത്ത് എത്തിച്ചേരാത്തതിനാൽ സംപ്രേഷണം അലങ്കോലപ്പെടാറുണ്ട്. വളരെപ്പെട്ടെന്ന് എത്തിച്ചേരേണ്ട വീഡിയോ ഡേറ്റയും താരതമ്യേന സാവധാനം സഞ്ചരിക്കേണ്ട ഇ-മെയിൽ ഡേറ്റയും എല്ലാം ശൃംഖല ഒരേപോലെ പരിഗണിക്കുന്നത് വീഡിയോ പാക്കറ്റുകൾക്ക് ഇ-മെയിൽ പാക്കറ്റുകളുടെ പുറകേ ഇഴഞ്ഞു സഞ്ചരിക്കേണ്ട അവസ്ഥയുള്ളതുകൊണ്ടാണ്. ഇതൊഴിവാക്കാൻ ഡേറ്റയുടെ സ്വഭാവമനുസരിച്ച് അവയ്ക്കു മുൻഗണനന (priority) നിശ്ചയിക്കാനുള്ള സൗകര്യം QoS നല്കുന്നുണ്ട്. അതായത് തിരക്കുള്ള ട്രാഫിക്കിനിടയിലും ആംബുലൻസുകളെ മുൻഗണനയോടെ കടത്തിവിടുന്ന രീതിയിൽ വളരെപ്പെ

ട്ടെന്ന് എത്തിച്ചേരേണ്ട വീഡിയോ ഫയലുകൾക്കു മുൻഗണന നല്കി അവയെ കടത്തിവിടാനുള്ള സംവിധാനം ഇത് ഉറപ്പാക്കുന്നു.

നിലവിൽ വേഗത കൂടിയ ഇന്റർനെറ്റ് കണക്ഷനുകളിലൂടെപ്പോലും 'വീഡിയോ കോൺഫറൻസിംഗ്' (രണ്ടോ അതിലധികമോ വ്യക്തികൾ കമ്പ്യൂട്ടർശൃംഖല ഉപയോഗിച്ചു നേരിലെന്നപോലെ പരസ്പരം കാണുകയും സംസാരിക്കുകയും ചെയ്യുന്ന രീതി) വേണ്ടത്ര വിജയം കൈവരിക്കാതെപോകുന്ന അവസ്ഥ ഇപ്രകാരം വീഡിയോ ഫയലുകൾക്കു മുൻഗണന ലഭിക്കുന്നതോടെ ഇല്ലാതാകും. QoS സവിശേഷതകളുള്ള 'റൂട്ടറുക'ളുടെ (നെറ്റ്‌വർക്കിലൂടെ സഞ്ചരിക്കുന്ന 'പാക്കറ്റുക'ളുടെ പാത നിശ്ചയിക്കാനുള്ള ഉപകരണം) വിന്യാസം തുടങ്ങിക്കഴിഞ്ഞു. ഇതിനായി നിലവിലുള്ള പതിനായിരക്കണക്കിനു റൂട്ടറുകളെ പുതിയ ഓപ്പറേറ്റിംഗ് സിസ്റ്റവും കാർഡുകളുംകൊണ്ടു പരിഷ്കരിക്കേണ്ടതുണ്ട്. ഇതിനുവരുന്ന ഭീമമായ ചെലവും സമയനഷ്ടവും പരിഹരിക്കാൻ ഇന്റർനെറ്റ് സേവന ദാതാക്കൾക്കു പുതിയ പദ്ധതികൾതന്നെ ആവിഷ്കരിക്കേണ്ടിവരും.

അതോടൊപ്പം QoS-ന്റെ വാണിജ്യഘടകമാണ് ഇതിലെ സാങ്കേതികഘടകത്തെക്കാൾ മുഖ്യപ്രശ്നം എന്നു കരുതുന്നവരുമുണ്ട്. കോടിക്കണക്കിന് ഉപയോക്താക്കളും ലക്ഷക്കണക്കിനു സേവനദാതാക്കളും അണിനിരന്നിട്ടുള്ള ഇന്റർനെറ്റിൽ ഇപ്രകാരം ചില ഡേറ്റകൾക്കുമാത്രം മുൻഗണനകൾ നിശ്ചയിക്കുമ്പോൾ ആര്, എപ്പോൾ, എന്തിന് തുടങ്ങിയ ചോദ്യങ്ങൾ വരും. എല്ലാവരും ഇപ്രകാരം എല്ലാ ഡേറ്റകൾക്കും മുൻഗണന നിശ്ചയിക്കാൻ തുടങ്ങുമെന്നതിനാൽ മുൻഗണനകൂടിയ ഡേറ്റകൾക്ക് ഒരുപക്ഷേ, ചെലവുകൂടി എന്നും വരാം. ഏതായാലും QoS-ന്റെ സാങ്കേതിക നിബന്ധനകളായ ബാൻഡ്‌വിഡ്ത്ത്, ഡേറ്റാനഷ്ടം, കാലതാമസം, വിസരണം തുടങ്ങിയവയ്ക്കൊപ്പംതന്നെ വ്യക്തമായൊരു സാമ്പത്തികമാനദണ്ഡം നിശ്ചയിക്കണമെന്നും അഭിപ്രായങ്ങൾ ഉയർന്നിട്ടുണ്ട്.

ഇന്റർനെറ്റിലൂടെ സ്ട്രീമിംഗ് ഓഡിയോ ശ്രവിക്കുന്നതും ഓൺലൈൻ വീഡിയോ വീക്ഷിക്കുന്നതും ശ്രമകരമാകുന്നത് നിലവിലുള്ള വിക്ഷേപണശൈലിയുടെ പരിമിതിമൂലമാണ്. ഇപ്പോഴുള്ള സംവിധാനത്തിൽ വീക്ഷിക്കുന്ന ഓരോ ആളും അഭ്യർത്ഥിക്കുന്നതിനനുസരിച്ച് സെർവർ ഇവരുടെയെല്ലാം കമ്പ്യൂട്ടറുകളിലേക്കു പ്രത്യേകം പ്രത്യേകം വീഡിയോ സ്ട്രീമുകൾ അയയ്ക്കേണ്ടതായി വരുന്നു. ഇതുമൂലം ഒരു പാടുപേർ ഒരേസമയം ഒരേ തരത്തിലുള്ള വീഡിയോ ഡേറ്റ ആവശ്യപ്പെടുമ്പോൾ ഇവർക്കെല്ലാം ഡേറ്റ അയയ്ക്കുന്നത് സെർവറിനെ തളർത്താനും അതുവഴി പ്രക്ഷേപണം അലങ്കോലപ്പെടാനും ഇടയാക്കുന്നു. ഈ പ്രശ്നം പരിഹരിക്കുന്നതിനാണ് ഇന്റർനെറ്റ്-2ൽ മൾട്ടികാസ്റ്റിംഗ് (Multicasting) സംവിധാനം ഏർപ്പെടുത്തിയിരിക്കുന്നത്. അതായത് എത്ര ആവശ്യക്കാരുണ്ടെങ്കിലും സെർവർ ഒരൊറ്റ ഡേറ്റാ സ്ട്രീമിനെ (ലൈവ് വീഡിയോ പ്രക്ഷേപണം തുടങ്ങിയവ) വിക്ഷേപിച്ച് ആവശ്യക്കാർക്കെല്ലാം

അതിന്റെ 'പകർപ്പുകൾ' എത്തിക്കപ്പെടുന്ന സംവിധാനമാണിത്.

പല കാമ്പസുകളിലും ലക്ചറുകളും വിദ്യാഭ്യാസ പ്രോഗ്രാമുകളും ഇന്ന് ഈ രീതിയിലാണ്. വാണിജ്യ ആവശ്യത്തിനായി 'മൾട്ടി കാസ്റ്റിംഗ്' നടത്തുമ്പോൾ അനധികൃതചോർത്തൽ തടയുന്നതുൾപ്പെടെയുള്ള സുരക്ഷയും സ്വകാര്യതയും ഉറപ്പുവരുത്താനുള്ള പദ്ധതികൾ ഗവേഷകർ ആവിഷ്കരിച്ചുകൊണ്ടിരിക്കുകയാണ്. ഏതായാലും അഡ്വാൻസ്ഡ് നെറ്റ്‌വർക്കിംഗിന്റെ പ്രത്യക്ഷഫലങ്ങൾ ആദ്യമായി പുറത്തുവരുന്നത് 'മൾട്ടി കാസ്റ്റിംഗി'ലൂടെയാണ് എന്നു പറയാം. ത്രിമാന വിർചൽ റിയാലിറ്റി ചിത്രങ്ങളുൾപ്പെടെയുള്ള നാളത്തെ വൈജ്ഞാനിക-വിനോദ ഉൽപ്പന്നങ്ങൾക്ക് ഇതൊരു നാഴികക്കല്ലുതന്നെയാണ്. പക്ഷേ, ഇത് വിപുലമായ രീതിയിൽ നടപ്പിലാക്കാനോ അല്ലെങ്കിൽ ഒരേസമയം വ്യത്യസ്ത സ്ഥലങ്ങളിലേക്ക് ഓഡിയോ-വീഡിയോ വിക്ഷേപണം നടത്തുന്നതിനു മേൽനോട്ടം വഹിക്കുന്നതിനോ ഉള്ള ശ്രമങ്ങൾ കാര്യമായി ഇനിയും നടത്തേണ്ടിയിരിക്കുന്നു.

13

വിക്കിപീഡിയ

ലോകത്തിന്റെ നാനാഭാഗങ്ങളിൽനിന്നുള്ള 75,000 പേർ ചേർന്ന് നൂറിലധികം ഭാഷകളിലായി തയ്യാറാക്കിയ 53 ലക്ഷം ലേഖനങ്ങൾ, സ്ഥിരമായി വിവരങ്ങൾ പുതുക്കാനും ആർക്കുവേണമെങ്കിലും എഡിറ്റ് ചെയ്യാനുമുള്ള സംവിധാനം, വെബിലെ പാശ്ചാത്യ കേന്ദ്രിത വിവരങ്ങൾക്കു ബദലായി സാർവ്വജനീനസ്വഭാവവും, സ്വാതന്ത്ര്യവും... 'വിക്കിപീഡിയ' എന്ന സൈബർ വിജ്ഞാനകോശത്തിന് വിശേഷണങ്ങൾ ഇനിയുമേറെയുണ്ട്.

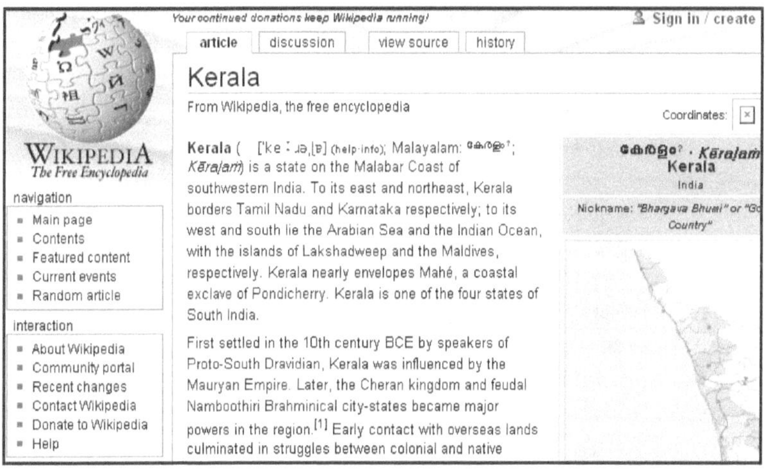

വിക്കീപീഡിയ – ഇംഗ്ലീഷ്

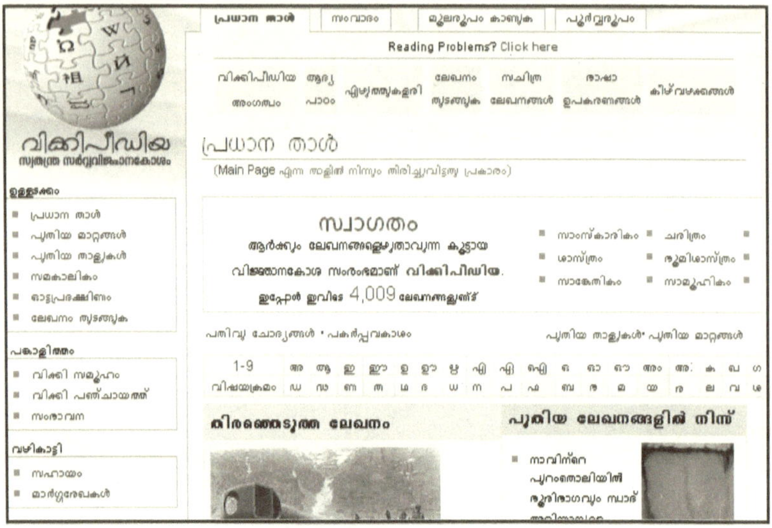

വിക്കീപീഡിയ - മലയാളം

ഏതു വിഷയത്തെക്കുറിച്ചും അടുക്കും ചിട്ടയുമോടെ ക്രമീകരിച്ച വിവരങ്ങളും, വിവരങ്ങളിലൂടെ അനായാസം പര്യവേക്ഷണം നടത്താനുള്ള സംവിധാനവും വാഗ്ദാനംചെയ്യുന്ന 'വിക്കിപീഡിയ' എന്ന സർവ്വവിജ്ഞാനകോശം (www.wikipedia.org) സൈബർസ്പേസിന്റെ ചലനദിശയെക്കുറിച്ചും ഉള്ളടക്ക രൂപീകരണത്തെക്കുറിച്ചും ആശങ്കകൾ അനുദിനം വർദ്ധിച്ചുകൊണ്ടിരിക്കുന്ന ഇക്കാലത്ത് നമുക്കു നൽകുന്ന പ്രതീക്ഷകൾ വളരെ വലുതാണ്. വ്യത്യസ്ത ഭാഷകളിലായി അരലക്ഷം സജ്ജരായ ഉള്ളടക്ക ദാതാക്കൾക്കുപുറമെ പ്രതിദിനം ലക്ഷക്കണക്കിനു പേർ ഈ വിജ്ഞാനകോശത്തിലെ വിവരങ്ങൾ പുതുക്കാനും തിരുത്താനുമായി തയ്യാറാകുന്നു എന്നു പറയുമ്പോൾ തിന്മയെ സഹകരണത്തിലൂടെ തോൽപ്പിക്കുന്ന നല്ല മനസ്സുകളുടെ കൂട്ടായ്മകൂടിയായി ഇത് മാറുന്നു.

ഇരുപതുലക്ഷം ലേഖനങ്ങളുള്ള വിക്കിപീഡിയയുടെ ഇംഗ്ലീഷ് പതിപ്പിലേക്ക് ഹോംപേജിലൂടെയോ അല്ലെങ്കിൽ http://en.wikipedia.org എന്ന ലിങ്കിലൂടെ നേരിട്ടോ എത്തിച്ചേരാം. ഇടതുവശത്തു കാണുന്ന സെർച്ച് ബട്ടനിലെ കോളത്തിൽ വിവിധ വിഷയങ്ങൾ അന്വേഷിച്ചുനോക്കാവുന്നതാണ്. ഹൈപ്പർ ലിങ്കുകളുടെ സാധ്യതകൾ പരമാവധി പ്രയോജനപ്പെടുത്തി ഓരോ ലേഖനത്തിനകത്തും ബന്ധപ്പെട്ട പദങ്ങൾക്ക്/പ്രയോഗങ്ങൾക്ക് നൽകിയിട്ടുള്ള ലിങ്കുകളിലൂടെ നമുക്കവയെക്കുറിച്ച് കൂടുതലറിയാം. ഉദാഹരണത്തിന് KERALA എന്ന പദം അന്വേഷണത്തിനായി നൽകിനോക്കൂ. ഇത്ര സമഗ്രവിവരം മറ്റൊരു സൈറ്റിൽനിന്നും കിട്ടിയെന്നുവരില്ല. കറന്റ് ഇവന്റ്സിൽ (Current events) പുതിയ സംഭവങ്ങളും റീസന്റ് ചേഞ്ചസിൽ (Recent Changes)

ഓരോ വിഷയത്തിലും വരുത്തിയിട്ടുള്ള മാറ്റങ്ങൾ ക്രമത്തിലും നൽകിയിട്ടുണ്ട്.

എഡിറ്റ് ദിസ് പേജിൽ (Edit this page) ആണ് വിക്കിപീഡിയയിലെ മാസ്റ്റർപീസ് ഇനം. ഈ ലിങ്ക് ക്ലിക്ക് ചെയ്താൽ നമുക്ക് വേണമെങ്കിൽ നിലവിലുള്ള ലിങ്ക് എഡിറ്റ് ചെയ്യാനുള്ള സൗകര്യം നൽകുന്നുണ്ട്. തുടക്കത്തിൽ ആർക്കും ഇഷ്ടംപോലെ എഡിറ്റ് ചെയ്യത്തക്ക സ്വഭാവമാണുണ്ടായിരുന്നതെങ്കിലും ഇപ്പോൾ അതിനായി പ്രത്യേക അംഗത്വം (സൗജന്യമായി യൂസർനാമവും പാസ്‌വേർഡും കരസ്ഥമാക്കി) എടുക്കണമെന്നുണ്ട്. എഡിറ്റ് ചെയ്യുന്ന വിവരങ്ങളറിയാൻ പ്രത്യേക ട്യൂട്ടോറിയലും, അതിനുശേഷം എങ്ങനെ വിവരം പ്രത്യക്ഷപ്പെടും എന്നറിയാൻ 'പ്രിവ്യൂ' സംവിധാനവും നിലവിലുണ്ട്. എഡിറ്റിങ്ങിനുള്ള ഈ തുറന്ന സമ്പ്രദായം പലപ്പോഴും ദുരുപയോഗം ചെയ്യാൻ സാധ്യതയുള്ളതിനാൽ കഴിയുന്നത്ര ആധികാരികത ഉറപ്പാക്കാനായി വിവരങ്ങൾ പരസ്യമാക്കുകയും, പൊതു സംവാദത്തിന് വിധേയമാക്കുകയും ചെയ്യാറുണ്ട്. ഇത്തരത്തിൽ ദുരുപയോഗ വിമർശനം സജീവമാണെങ്കിലും അതിനെയെല്ലാം അതിജീവിച്ച് വിശ്വാസ്യത നിലനിർത്താൻ ഈ ഇ-കൂട്ടായ്മയ്ക്ക് കഴിഞ്ഞിട്ടുണ്ട്.

സാധാരണ പുസ്തകരൂപേണ പുറത്തിറക്കുന്ന വിജ്ഞാനകോശങ്ങളേക്കാൾ അനുനിമിഷം പുതുക്കിക്കൊണ്ടിരിക്കുന്ന ചട്ടക്കൂടാണ് വിക്കിപീഡിയയ്ക്ക്. കുറച്ച് പഴക്കമുള്ള വിവരങ്ങളും ലേഖനങ്ങളും പരിപൂർണ ആധികാരികതയുള്ളതാകുമ്പോൾ ഏറ്റവും പുതിയ വിവരങ്ങളിൽ ദുഷ്ടബുദ്ധികളുടെ 'കൈകടത്തലുകൾ' ഉണ്ടാകാമെന്ന് പോർട്ടൽ സമ്മതിക്കുന്നുണ്ട്. അതിനു തടയിടാനുള്ള സാമഗ്രികൾ സജ്ജമാക്കിയിട്ടുണ്ടെങ്കിൽപ്പോലും ചിലപ്പോൾ തെറ്റായ ഒരു വിവരം മാറ്റാൻ ദിവസങ്ങൾതന്നെ എടുത്തേക്കാമെന്ന പരിമിതിയും ഇതിനുണ്ട്. സ്വതന്ത്ര സോഫ്റ്റ്‌വെയറിൽ ഗ്നൂ ഫ്രീ ഡോക്യുമെന്റേഷൻ ലൈസൻസ് (GFDL) അധിഷ്ഠിതമാക്കിയാണ് സൈബർസ്പേസിലെ ഈ വേറിട്ട വിജ്ഞാനശേഖര സംവിധാനം പ്രവർത്തിക്കുന്നത്. http://ml.wikipedia.org എന്ന ലിങ്കിൽ വിക്കിപീഡിയയ്ക്ക് ഒരു സജീവമായ മലയാള പതിപ്പുണ്ട്.

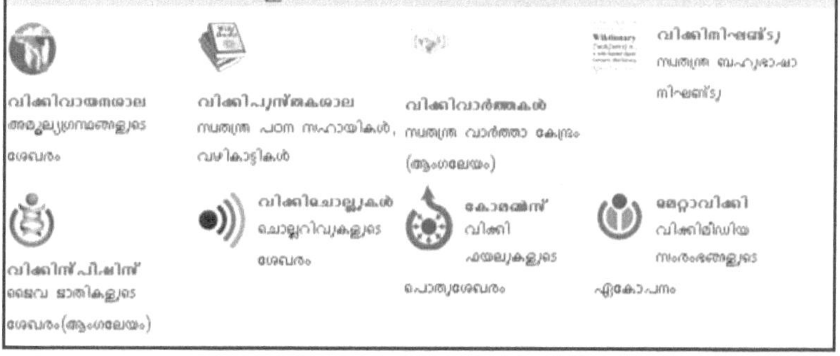

ഇതര വിക്കിമീഡിയ സംരംഭങ്ങൾ

1. വിക്കി ഡിക്ഷ്ണറി
   സൗജന്യ ബഹുഭാഷാ നിഘണ്ടു വഴികാട്ടികൾ
2. വിക്കി ബുക്സ്
   സൗജന്യ പഠനസഹായികൾ
3. വിക്കി സ്പീഷീസ്
   ജൈവജാതികളുടെ ശേഖരം
4. വിക്കി ക്വോട്ട്
   ഉദ്ധരണികളുടെ ശേഖരം
5. വിക്കി ന്യൂസ്
   സ്വതന്ത്ര വാർത്താകേന്ദ്രം
6. കോമൺസ് വിക്കി
   ഫയലുകളുടെ പൊതുശേഖരം
7 വിക്കി സോർസ്
   അമൂല്യഗ്രന്ഥങ്ങളുടെ ശേഖരം
8. മെറ്റാ-വിക്കി
   വിക്കിമീഡിയ സംരംഭങ്ങളുടെ ഏകോപനം

വരമൊഴി (http://varamozhi.sf.net) ഉപയോഗിച്ച് അനായാസം ഉപയോഗിക്കാവുന്ന കീബോർഡും, വിക്കിപീഡിയയുടെ ഉള്ളടക്കം മാത്രം അടിസ്ഥാനപ്പെടുത്തി നടത്തപ്പെടുന്ന ക്വിസ് മൽസരത്തിനായുള്ള ബ്ലോഗും (http://quizwiki.blogspot.com) സൈറ്റിലുണ്ട്. ഓരോ മാസത്തിലും ഏതാനും വിഷയങ്ങളെക്കുറിച്ചുള്ള ലേഖനങ്ങൾ (ചന്ദ്രയാൻ, ഏഷ്യ, കേരള നിയമസഭ) തയ്യാറാക്കാനുള്ള 'വിക്കിയജ്ഞ'ത്തിലും, അപൂർണലേഖനങ്ങൾ പൂർത്തിയാക്കാനുള്ള ദൗത്യത്തിലും നിങ്ങൾക്കും പങ്കാളികളാവാം. പ്രത്യേകം തെരഞ്ഞെടുത്ത ലേഖനങ്ങൾ, ചിത്രങ്ങൾ, വാർത്തകൾ, ചരിത്രരേഖകൾ എന്നിവയും വിഷയാധിഷ്ഠിത വിഭാഗങ്ങളും ഉൾപ്പെടെ ഇംഗ്ലീഷ് വിഭാഗത്തിനും സമാനമായ സൗകര്യങ്ങൾ മെല്ലെ മെല്ലെ മലയാളം താളുകളിലേക്കും കടന്നുവരുന്നുണ്ട്.

2000 ൽ ജിമ്മി വെയിൽസിന്റെ നേതൃത്വത്തിൽ ആരംഭിച്ച സൗജന്യ വിജ്ഞാനകോശസംരംഭമായ 'ന്യൂപീഡിയ'യാണ് വിക്കിപീഡിയയുടെ ആദിമരൂപം.

വെയിൽസിന്റെകൂടെ ഈ പ്രോജക്ടിൽ പ്രവർത്തിച്ച ലാറി സേൻഗർ തൊട്ടടുത്തവർഷം കമ്പ്യൂട്ടർ പ്രോഗ്രാമറായ കോവിട്സുമായി നടത്തിയ സംഭാഷണത്തിലാണ് 'വിക്കി' സങ്കൽപ്പം കടന്നുവരുന്നത്. ന്യൂപീഡിയയെ വിക്കി രൂപത്തിൽ ('വിക്കി' വെബ്സൈറ്റിന്റെ അർത്ഥം, ആർക്കും പുതുക്കാവുന്നതും മാറ്റം വരുത്താവുന്നതും എന്നാണ്) തുറന്നുവിടുന്നതിനെതിരെ ഉയർന്ന വിമർശനങ്ങളെ അതിജീവിച്ചും മുന്നോട്ടുപോവാൻ വെയിൽസ് തീരുമാനിച്ചതിന്റെ ഫലമാണ് 2003 വിക്കിമീഡിയ ഫൗണ്ടേഷനും പിന്നീട് ഒരുപറ്റം വിക്കി ഉൽപ്പന്നങ്ങൾക്കും (ബോക്സ് കാണുക) വഴിതെളിച്ചത്.

14

ഗൂഗിൾ എർത്ത്

ഭൂമിശാസ്ത്ര വിവരവ്യവസ്ഥയുടെ (ജി ഐ എസ്) സാധ്യതകൾ എത്രത്തോളമാവാം എന്ന് ലോകത്തിന് മുമ്പിൽ കാണിച്ചുകൊടുത്ത ഗൂഗിളിന്റെ ഒരു സേവനമാണ് 'ഗൂഗിൾ എർത്ത്'. ആസൂത്രണ-വികസന മേഖലകളിൽ ഐടിയുടെ പ്രയോഗസാധ്യതകൾ വിവരിക്കുന്ന ഒന്നാന്തരമൊരു ഉദാഹരണമായി ഇത് മാറിയിട്ടുണ്ട്. നാടും നഗരവും പർവ്വതവും ഗർത്തവും പുഴയും കടലുമെല്ലാം വലുതാക്കിയും ചെറുതാക്കിയും ദൃശ്യമാകുന്ന, കൊച്ചുകുട്ടികൾ കമ്പ്യൂട്ടർ ഗെയിം കളിക്കുന്ന ലാഘവത്തോടെ സൈബർ സ്പേസിലൂടെ ഭൂഗോളപര്യടനം സാധ്യമാക്കുന്ന 'ഗൂഗിൾ എർത്തിനെ' ഹർഷാരവങ്ങളോടെയാണ് നെറ്റ് സമൂഹം എതിരേറ്റിട്ടുള്ളത്.

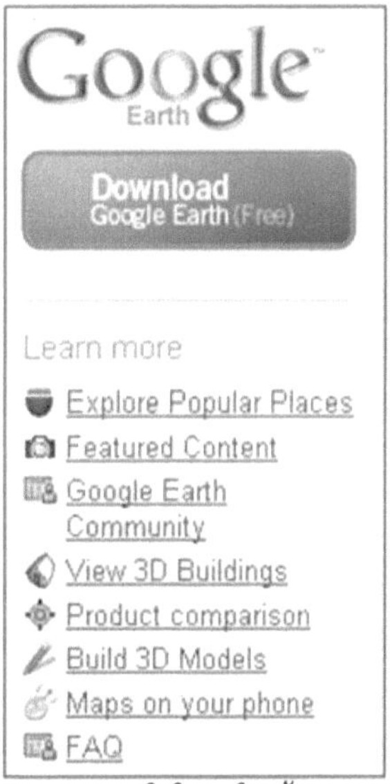

ഗൂഗിൾ എർത്ത് സേവനങ്ങൾ

2004 ൽ ഗൂഗിൾ കമ്പനി ഏറ്റെടുത്ത കീഹോൾ കോർപ്പറേഷൻ വികസിപ്പിച്ചെടുത്ത 'എർത്ത് വ്യൂവറാണ്' 2005ൽ ഗൂഗിൾ എർത്തായി മാറിയത്. പല പ്രമുഖ നഗരങ്ങളിലെയും കെട്ടിടങ്ങളും വീടുകളും മാത്രമല്ല പ്രത്യേക കാറുകളെ വരെ തിരിച്ചറിയാനുള്ള ദൃശ്യവ്യക്തത (resolution) ഗൂഗിൾ എർത്തിന് നേടാൻ കഴിഞ്ഞിട്ടുണ്ട്.

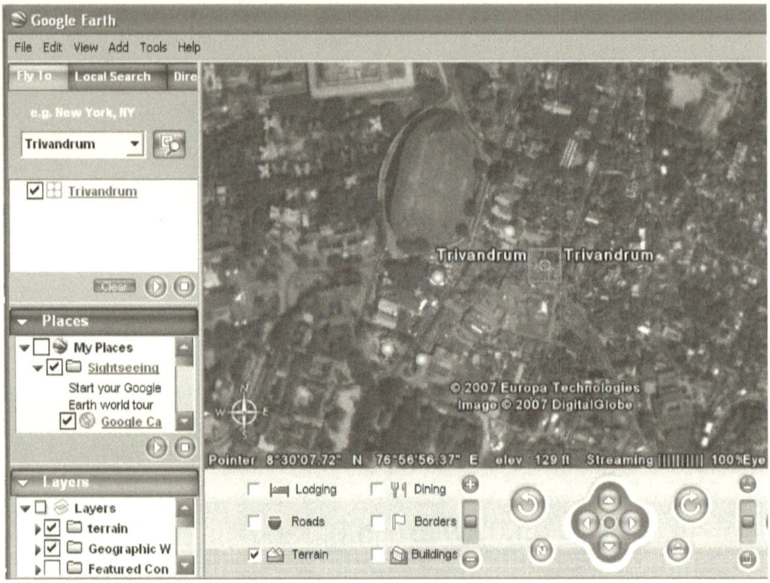

തിരുവനന്തപുരം നഗരം 'ഗൂഗിൾ എർത്തി'ലൂടെ

അമേരിക്കയിലും യൂറോപ്പിലും മാത്രമല്ല ഇങ്ങ് തിരുവനന്തപുരത്ത് ടെക്നോപാർക്കിലെ ഒരു സുഹൃത്ത് തന്റെ കല്ല്യാണത്തിന് പങ്കെടുക്കാനായി നൽകിയ 'വഴികാട്ടി' ചിത്രം ഗൂഗിൾ എർത്തിൽനിന്ന് പ്രിന്റെടുത്തതാണെന്ന് പറയുമ്പോൾ പിന്നെ സംശയം വേണ്ടല്ലോ?

ഒരു പ്രദേശത്തെ റോഡുകൾ, അതിരുകൾ, പ്രധാന സ്ഥലങ്ങൾ, കെട്ടിടങ്ങൾ, വിനോദസഞ്ചാര മേഖലകൾ എന്നിങ്ങനെ വ്യത്യസ്ത പാളികളിലായി ഗൂഗിൾ എർത്തിൽ രേഖപ്പെടുത്തിയിട്ടുള്ളതിനാൽ നമുക്കാവശ്യമുള്ള വിവരങ്ങൾ ഇതിലൂടെ കണ്ടെത്താൻ കഴിയും. Add placemark ഓപ്ഷനിലൂടെ നമുക്കിഷ്ടമുള്ള സ്ഥലങ്ങൾ പ്രത്യേകം രേഖപ്പെടുത്തിവെക്കാം. Fly To, Local Search, Directions ഓപ്ഷനുകൾ ക്ലിക്ക് ചെയ്ത് പ്രത്യേക സ്ഥലങ്ങളിലേക്കോ, അല്ലെങ്കിൽ രണ്ട് സ്ഥലങ്ങൾക്കിടയിലോ സഞ്ചരിക്കാനുള്ള പാത വ്യക്തമായി കാണാം.

കെട്ടിടങ്ങളുടെ ത്രിമാന ദൃശ്യങ്ങൾ

ഭൂഗോളത്തെ ഏത് സ്ഥലത്തേയും അതിന് മുകളിലിരുന്നുകൊണ്ട്

ഏതു കോണിൽ വീക്ഷിക്കാനും, വലുതാക്കിയും ചെറുതാക്കിയും കാണാനും ഗൂഗിൾ എർത്ത് സൗകര്യമൊരുക്കുന്നുണ്ട്. ഗൂഗിൾ എർത്തിൽ ഉപഗ്രഹചിത്രങ്ങളാണ് പ്രയോജനപ്പെടുത്തുന്നത്. ഒരു പിക്സെല്ലിൽ പതിനഞ്ച് മീറ്റർ റെസലൂഷനാണ് പല സ്ഥലങ്ങൾക്കും നൽകിയിട്ടുള്ള ത്. ജനസാന്ദ്രതകൂടിയ പ്രദേശങ്ങളിൽ റെസലൂഷൻ കൂടിയ വ്യോമ യാന ചിത്രങ്ങളും ഉപ യോഗിച്ചിട്ടുണ്ട്.

പ്രത്യേക സ്ഥലത്തെക്കുറിച്ചുള്ള വിവരങ്ങൾ

http://earth.google.com എന്ന സൈറ്റിൽനിന്നും ഗൂഗിൾ എർത്ത് സൗജന്യമായി ഡൗൺലോഡു ചെയ്യാവുന്നതാണ്. ഇതിലെ Get Google earth ലിങ്ക് ക്ലിക്ക് ചെയ്തശേഷം വിൻഡോസ്/ലിനക്സ്/മാക് ഓപ്പറേറ്റിംഗ് സിസ്റ്റങ്ങൾക്കുള്ള സൗജന്യ പതിപ്പ് തിരഞ്ഞെടുത്താണ് ഡൗൺലോഡ് ചെയ്യേണ്ടത്. വേഗതകൂടിയ, ജി പി എസ് ഡേറ്റ പ്രയോജനപ്പെടുത്തുന്ന google Earth Plus പതിപ്പിന് 20 ഡോളർ നൽകേണ്ടതുണ്ട്.

എന്നാൽ ഗൂഗിൾ എർത്തും വിവാദങ്ങളിൽനിന്ന് അന്യമല്ല. ദക്ഷിണ കൊറിയ, ആസ്ട്രേലിയ, നെതർലന്റ്, തായ്‌ലന്റ്, ബ്രിട്ടൻ എന്നിങ്ങനെ തുടങ്ങി ഇന്ത്യൻ മുൻ രാഷ്ട്രപതി ഡോ. കലാംവരെ 'സുരക്ഷാ സംവിധാനങ്ങൾക്കുള്ള ഭീഷണി'യായി ഗൂഗിൾ എർത്തിനെ ഉയർത്തിക്കാട്ടിയിട്ടുണ്ട്. 'ഗൂഗിൾ എർത്തി'ലെ ചിത്രങ്ങൾ തീവ്രവാദികൾ ദുരുപയോഗം ചെയ്യാൻ സാധ്യതയുണ്ടെന്നാണ് മുൻ രാഷ്ട്രപതിയുടെ മുന്നറിയിപ്പ്. സൈനിക കേന്ദ്രങ്ങൾ, പാർലമെന്റ് മന്ദിരം, രാഷ്ട്രപതി ഭവൻ, വിമാനത്താവളങ്ങൾ തുടങ്ങിയവയുടെ ചിത്രങ്ങൾ വളരെയധികം വലുതാക്കിക്കാണാൻ (സൂം ചെയ്യാൻ) ഗൂഗിൾ എർത്തിലൂടെ കഴിയുമെന്നും അദ്ദേഹം ചൂണ്ടിക്കാണിക്കുന്നുണ്ട് (ഇതിനനുസൃതമായ ചില നടപടിക്രമങ്ങൾ ഗൂഗിൾ എടുത്തു കഴിഞ്ഞു).

ഡ്രൈവ് ചെയ്യാനുള്ള ദിശകൾ

ഒരു സ്ഥലം മാർക്ക് ചെയ്തുവയ്ക്കാൻ

സൈബർ സ്പേസിൽ വ്യക്തികളുടെ സ്വകാര്യതയും, രാഷ്ട്രത്തിന്റെ സുരക്ഷിതത്വവും എത്രത്തോളം ബലഹീനമാണ് എന്നത് പുതിയ സാങ്കേതികസംവിധാനത്തിന്റെ ആവിർഭാവത്തോടെ നിരന്തരം ചർച്ചചെയ്തുവരുന്ന കാര്യമാണ്. സാങ്കേതിക സംവിധാനങ്ങളുടെ വളർച്ചക്കൊപ്പം സുരക്ഷാ സംവിധാനങ്ങളുടെ അലകും പിടിയും പുതുക്കണം എന്നത് കാലത്തിന്റെ ചുവരെഴുത്തുമാണ്.

എന്തൊക്കെയാണെങ്കിലും ഗൂഗിൾ എർത്തെന്ന ദൃശ്യവിസ്മയം വാക്കുകൾക്കപ്പുറത്താണ്. ഒരിക്കലെങ്കിലും ഇന്റർനെറ്റ് സന്ദർശിക്കുന്ന ഒരാൾക്ക് ഇത് കാണാതെപോകുന്നത് കനത്ത നഷ്ടംതന്നെയായിരിക്കും.

കാര്യങ്ങൾ എങ്ങനെ സംഭവിക്കുന്നു?

വാഹനഎൻജിനും കമ്പ്യൂട്ടറിന്റെ ഹാർഡ് ഡിസ്ക്കും സാധാരണ ബാറ്ററിയും മുതൽ ഐപോഡും കാർകമ്പ്യൂട്ടറുമെല്ലാം പ്രവർത്തിക്കുന്നതെങ്ങനെയാണെന്ന് ലളിതമായും വിശദമായും വിവരിക്കുന്ന വെബ്സൈറ്റാണ് www.howstuffworks.com. ഓട്ടോമൊബൈൽ, ഇലക്ട്രോണിക്സ്, വിനോദം, ആരോഗ്യം, സാമ്പത്തികം, വീട്, വ്യക്തികൾ, യാത്ര, ശാസ്ത്രം തുടങ്ങിയ വിഭാഗങ്ങളിലായി നമുക്കുണ്ടാകുന്ന 'നൂറായിരം' ചോദ്യങ്ങൾക്ക് ഉത്തരംനൽകുന്ന ഒരു സൈബർ അനുഭവമാണ് ഈ വെബ്സൈറ്റ്. ഹോംപേജിൽനിന്ന് തിരഞ്ഞെടുത്തോ സേർച്ച് ചെയ്തോ ലഭ്യമാകുന്ന വിവരങ്ങൾ പേജുകളൊന്നൊന്നായി കാണാൻ മാത്രമല്ല, പ്രിന്റ് എടുക്കാനായി ഒരൊറ്റ സ്ക്രീനിൽ കാണാനും www.howstuffworks.com സൗകര്യമൊരുക്കുന്നുണ്ട്. പല വിഭാഗങ്ങളിലും കാര്യങ്ങൾ ലളിതമായി ഫ്ളാഷ് അനിമേഷനുകളുടെ സഹായത്തോടെ അവതരിപ്പിച്ചിട്ടുമുണ്ട്.

15

ഇന്റർനെറ്റും കുട്ടികളും

വൈവിധ്യമാർന്ന വിഷയങ്ങളെക്കുറിച്ചുള്ള ബൃഹത്തായ വിവരശേഖരം ഇന്റർനെറ്റിലുണ്ട്. പരസ്പരവിനിമയത്തിനുള്ള ഒരുപാധി എന്നതിനപ്പുറം വിജ്ഞാനസമ്പാദനത്തിനുള്ള ഒരു നല്ല സ്രോതസ്സായി വേൾഡ് വൈഡ് വെബിനെ പ്രയോജനപ്പെടുത്താണ്ടതുണ്ട്. എന്നാൽ ഇന്റർനെറ്റിൽ ഇന്ന് പ്രയോജനപ്പെടുത്തുന്ന മിക്ക സേവനങ്ങളും (വെബ്സൈറ്റുകളും) കുട്ടികൾക്ക് വേണ്ടിയുള്ളതല്ല. അതുകൊണ്ടുതന്നെ അശ്ലീലത നിറഞ്ഞ/വഴിതെറ്റിക്കുന്ന രൂപത്തിലുള്ള വെബ്സൈറ്റുകൾ സന്ദർശിക്കുന്നതുൾപ്പെടെയുള്ള ഇന്റർനെറ്റിന്റെ ദുരുപയോഗ സാധ്യതകൾ വളരെ ആശങ്കയോടെയാണ് രക്ഷിതാക്കളും സമൂഹവുമെല്ലാം

നോക്കിക്കാണുന്നത്.

എന്നാൽ ഈ ഭീഷണിയെ ഫലപ്രദമായി പ്രതിരോധിക്കാനുള്ള സോഫ്റ്റ്‌വെയറുകളുടെ നിര തന്നെ ഇന്ന് ലഭ്യമാണ്. കുട്ടികൾ എത്തരത്തിലുള്ള വെബ്സൈറ്റുകൾ കാണാം, ഏതൊക്കെ വെബ്സൈറ്റുകൾ കാണേണ്ടതില്ല എന്നൊക്കെ നിശ്ചയിക്കുന്നതിനുള്ള ഫിൽറ്ററിംഗ് സോഫ്റ്റ്‌വെയറുകൾ ഇന്ന് വ്യാപകമായിട്ടുണ്ട്.

കുട്ടികളുടെ നെറ്റുപയോഗം നിയന്ത്രിക്കാൻ, രക്ഷിതാക്കളേയും അദ്ധ്യാപകരേയും സഹായിക്കാൻവേണ്ടി വേൾഡ് വൈഡ് വെബ് കൺസോർഷ്യം രൂപകൽപ്പന ചെയ്തിട്ടുള്ള PICS (Platform for Internet Content Selection) എന്ന നിബന്ധനകൾക്കനുസൃതമായി നൽകുന്ന 'റേറ്റിംങ്ങ്' അനുസരിച്ചാണ് ഫിൽറ്ററിംഗ് സോഫ്റ്റ്‌വെയറുകൾ പ്രവർത്തിക്കുന്നത്. ഇപ്രകാരം ഉപയോക്താവ് സന്ദർശിക്കുന്ന ഓരോ വെബ്സൈറ്റും പരിശോധനയ്ക്ക് വിധേയമാകും.

ഇന്ന് വ്യാപകമായി ഉപയോഗിക്കുന്ന ചില ഫിൽറ്ററിംഗ് സോഫ്റ്റ്‌വെയറുകളാണ് നെറ്റ്നാനി (www.netnanny.com), സൈബർപട്രോൾ (www.cyberpatrol.com), സീക്സെയ്ഫ് (www.zeeksafe.com), സർഫ്‌വാച്ച് (www.surfwatch.com) തുടങ്ങിയവ. ഇവയുടെ ട്രയൽ പതിപ്പുകൾ അതത് വെബ്സൈറ്റുകളിൽനിന്ന് സൗജന്യമായി ഡൗൺലോഡു ചെയ്യാവുന്നതാണ്. 'ആക്ഷേപകരമായ രീതിയിലുള്ള' വാക്കുകളും വിവരണങ്ങളും (അശ്ലീല ചിത്രങ്ങൾ, ഹിംസ, മയക്കുമരുന്ന്) ഉള്ള വെബ്സൈറ്റുകളാണ് ഇപ്രകാരം അരിച്ചുമാറ്റപ്പെടുന്നത്. ഫിൽറ്ററിംഗ് സോഫ്റ്റ്‌വെയറുകൾ വഴി അരിച്ചുമാറ്റപ്പെടുന്ന വെബ്സൈറ്റുകൾക്കു പുറമെ രക്ഷിതാക്കൾക്ക് അവർക്ക് തോന്നുന്ന സൈറ്റുകളും ഇപ്രകാരം നിരോധിക്കപ്പെട്ട ലിസ്റ്റിലേക്ക് ചേർക്കാം.

കുട്ടികൾക്ക് വളരെ രസകരമായി ഉപയോഗിക്കാവുന്ന നിരവധി വെബ്സൈറ്റുകളും ഇന്റർനെറ്റിലുണ്ട്. യാഹു ഗ്രൂപ്പിന്റെ കുട്ടികൾക്കായുള്ള പ്രത്യേക സൈറ്റാണ് www.yahooligans.com. ആസ്ക് ജീവ്സിന്റെ www.ajkids.com എന്ന സൈറ്റിലൂടെ കുട്ടികൾക്ക് ചോദ്യങ്ങൾ ചോദിക്കാം. www.educationworld.com ആണ് പ്രയോജനപ്രദമായ മറ്റൊരു സൈറ്റ്. അവനാവശ്യ വിവരങ്ങൾ അരിച്ചുമാറ്റാൻ പ്രത്യേക

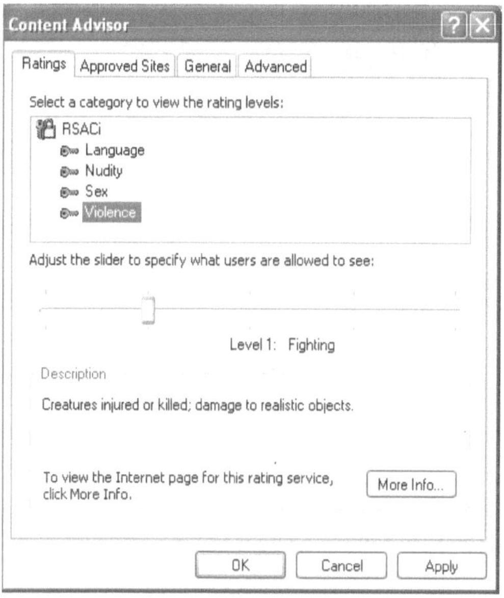

ഇന്റർനെറ്റ് എക്സ്പ്ലോററിൽ വിവരങ്ങൾ ഫിൽറ്റർ ചെയ്യുന്ന വിധം

സോഫ്റ്റ്വെയറുകൾ ഇല്ലാതെതന്നെ ബ്രൗസറുകൾ (ഇന്റർനെറ്റ് എക്സ്പ്ലോററിൽ Tools നു താഴെയുള്ള Internet Option എന്ന ഇനം ക്ലിക്ക് ചെയ്യുമ്പോൾ ലഭിക്കുന്ന Content ടാബ്) സൗകര്യമൊരുക്കുന്നുണ്ട്.

ഇന്റർനെറ്റുപയോഗിക്കുമ്പോൾ (പ്രത്യേകിച്ച് കുട്ടികൾ) ശ്രദ്ധിക്കേണ്ട പ്രധാനപ്പെട്ട കാര്യം തങ്ങളുടെ വ്യക്തിഗത വിവരങ്ങളും, യഥാർത്ഥ ഇ-മെയിൽ വിലാസവുമെല്ലാം ഒരിക്കലും അപരിചിതർക്ക് കൈമാറരുത്. കുട്ടികൾ ക്രഡിറ്റ്കാർഡ് ഉപയോഗിക്കുന്നത് സൂക്ഷിക്കണം. സന്ദർശിക്കുന്ന വെബ്സൈറ്റുകളെക്കുറിച്ചും വിവരങ്ങളെക്കുറിച്ചും കുട്ടികളുമായി സംസാരിക്കാനും, കാര്യങ്ങളറിയാനും രക്ഷിതാക്കൾ തയ്യാറാകേണ്ടതുണ്ട്.

ഫിൽറ്ററിംഗ് സോഫ്റ്റ്വെയറുകളോ ഇന്റർനെറ്റ് സേവനദാതാക്കളോ ഒന്നുമല്ല, ആത്യന്തികമായി നാം തന്നെയാണ് നമ്മുടെ കുട്ടികളെ രക്ഷിക്കേണ്ടത് എന്ന കാര്യം മറക്കാതിരിക്കുക.

16

അലുമ്നി സൈറ്റുകൾ

കാലഗതി വേഗം മാറിക്കൊണ്ടിരിക്കുന്നതനുസരിച്ച് സ്ഥിരമായ മേൽവിലാസം തന്നെ ഇന്ന് പലർക്കും നഷ്ടപ്പെട്ടുകൊണ്ടിരിക്കുന്നു. ഓട്ടോഗ്രാഫിലെ വിലാസങ്ങളും ടെലിഫോൺ നമ്പരുകളും നിലവിലില്ലാതാകുമ്പോൾ എവിടെയും എപ്പോഴും കൃത്യമായി കണ്ടെത്താൻ ഇ-മെയിൽ വിലാസങ്ങൾ സഹായകമായി മാറുന്നു.

ഇരുപതോ മുപ്പതോ വർഷങ്ങൾക്ക് മുമ്പ് നിങ്ങൾ പഠിച്ച സ്കൂളി

ലേയോ കോളേജിലേയോ ഒക്കെ സഹപാഠികൾ ഇപ്പോൾ എവിടെയാണെന്ന് വല്ല നിശ്ചയവുമുണ്ടോ? നിങ്ങളെ സഹായിക്കാൻ, പരസ്പരം വിനിമയം പുതുക്കാൻ www.batchmates.com, www.alumni.net തുടങ്ങിയ നിരവധി 'പൂർവവിദ്യാർത്ഥി പോർട്ടലുകൾ' സജ്ജമായിക്കഴിഞ്ഞു.

ഇന്ത്യയിലെ രണ്ടുലക്ഷത്തിലധികം സ്കൂളുകളിലും കോളേജുകളിലും നിന്നായി ഇരുപത്തിരണ്ട് ലക്ഷത്തിലധികം അംഗങ്ങളുള്ള Batchmates.com ലൂടെ പ്രതിദിനം 7500 സുഹൃത്തുക്കൾ വിനിമയം നടത്തുന്നുണ്ടത്രെ? വെബ്സൈറ്റിലെ സേവനങ്ങൾ ലഭിക്കാൻ ആദ്യം റജിസ്റ്റർ ചെയ്യണം. രാജ്യം/സംസ്ഥാനം/പ്രദേശം എന്നിങ്ങനെ നമുക്കിഷ്ടമുള്ള യൂസർ നാമവും പാസ്വേർഡും നൽകി റജിസ്റ്റർ ചെയ്തശേഷം നമ്മുടെ ഇ-മെയിൽ ബോക്സിലേക്ക് വരുന്ന ലിങ്ക് ക്ലിക്ക് ചെയ്ത് confirmation നൽകുമ്പോഴാണ് റജിസ്ട്രേഷൻ പൂർത്തിയാകുന്നത്.

റജിസ്റ്റർ ചെയ്തശേഷം സൗഹൃദങ്ങളുടെ ലോകത്തെ സ്വൈരവിഹാരമാണ്. നിങ്ങളുടെ വിദ്യാലയത്തിൽ പല കാലയളവുകളിലായി റജിസ്റ്റർ ചെയ്തിട്ടുള്ളവരെ 'സേർച്ച്' ചെയ്യാം. അവർക്ക് ഇ-മെയിലുകളയക്കാം. നിങ്ങളുടെ വിദ്യാലയങ്ങൾ (എൽ കെ ജി മുതൽ?) ഒന്നൊന്നായി റജിസ്റ്റർ ചെയ്തിട്ടുണ്ടോ എന്ന് ആദ്യം സേർച്ച് ചെയ്യുക. ഇല്ലെങ്കിൽ നിങ്ങൾക്ക് റജിസ്റ്റർ ചെയ്യാം. പഴയ ക്ലാസ്മേറ്റുകളുടെ 'ഇരട്ടപ്പേര്' വെച്ച് വരെ സേർച്ച് ചെയ്യാൻ ഇവിടെ സൗകര്യമൊരുക്കുന്നുണ്ട്. സ്വകാര്യത പരമാവധി സംരക്ഷിക്കുന്നു എന്നതാണ് batchmates.com ന്റെ മറ്റൊരു പ്രത്യേകത. കേരളത്തിലെ ഏഴായിരത്തോളം സ്ഥാപനങ്ങളും 1.5 ലക്ഷത്തോളം അംഗങ്ങളും ഇവിടെ റജിസ്റ്റർ ചെയ്തുകഴിഞ്ഞു.

www.alumni.net ൽ നാൽപ്പത് ലക്ഷം അംഗങ്ങൾ റജിസ്റ്റർ ചെയ്തിട്ടുണ്ടത്രേ? ഇവിടെയും Sign Up ലിങ്കിലൂടെ റജിസ്റ്റർ ചെയ്തശേഷം നമ്മുടെ ഇ-മെയിൽ വിലാസത്തിൽ ലഭിക്കുന്ന ലിങ്കിലൂടെ 'Confirmation' നൽകിയാലേ അലുമ്നി സേവനങ്ങൾ ലഭ്യമാകൂ. റജി

സ്ട്രേഷൻ ഇവിടെയും സൗജന്യമാണ്. ഭൂഖണ്ഡം/രാജ്യം/സംസ്ഥാനം എന്നിവ തിരഞ്ഞെടുത്താണ് 'അലുമ്നി'യിൽ വിവരങ്ങളന്വേഷിക്കുന്നതും, സ്ഥാപനങ്ങളും പൂർവ്വവിദ്യാർത്ഥികളും റജിസ്റ്റർ ചെയ്യുന്നതും. ഇവിടെ നാം റജിസ്റ്റർ ചെയ്യുമ്പോൾ Timejob ലേക്ക് വിവരങ്ങൾ നൽകുക, സ്ഥാപനം നാം കൂട്ടിച്ചേർക്കുമ്പോൾ ചുരുങ്ങിയത് രണ്ട് സുഹൃത്തുക്കളുടെ ഇ-മെയിൽ വിലാസം നൽകുക എന്നിങ്ങനെയുള്ള അത്ര സുഖകരമല്ലാത്ത ബ്രൗസിംഗ് അനുഭവവും ഇല്ലാതില്ല.

അലുമ്നി സൈറ്റുകളിൽ റജിസ്റ്റർ ചെയ്യാതെപോകരുത്. വർഷങ്ങളായി യാതൊരു ബന്ധവുമില്ലാതെ നിൽക്കുന്ന നമ്മുടെ ആ പഴയകാല 'മച്ചാ മച്ചാ'ന്മാരെ കണ്ടെത്തുമ്പോഴുണ്ടാകുന്ന ആ അനുഭൂതിയുണ്ടല്ലോ, അത് അനുഭവിച്ചറിയുകതന്നെ വേണം.

ഇ-കൃഷി: കാർഷികമേഖലയിൽ ഐടി

കാർഷികമേഖലയുടെ വികസനത്തിനായി ഇന്റർനെറ്റ് സാധ്യതകൾ പ്രയോജനപ്പെടുത്തുന്ന ഒരു വെബ്പോർട്ടലാണ് www.e-krishi.org. കർഷകർക്ക് അവയുടെ ഉൽപ്പന്നങ്ങൾ ഈ പോർട്ടൽവഴി പരസ്യം ചെയ്യാനും വ്യാപാരികൾക്ക് അവർക്കാവശ്യമുള്ള വിവരങ്ങൾ രേഖപ്പെടുത്താനും ഇ-കൃഷി പോർട്ടലിൽ സൗജന്യമായി സംവിധാനമേർപ്പെടുത്തിയിട്ടുണ്ട്. യു എൻ ഡി പി സഹായത്തോടെ സംസ്ഥാന ഐടി മിഷൻ നടപ്പാക്കുന്ന ഇ-കൃഷി പദ്ധതിയുടെ ഭാഗമായുള്ള ഈ പോർട്ടലിനെ ഐ ഐ ഐ ടി എംകെയുടെയും കാർഷികവകുപ്പിന്റെയും കിസാൻ (www.kissankerala.net). വെർച്ചൽ സർവ്വകലാശാല (www.vuatkerala.org) എന്നീ പോർട്ടലുകളുമായും ബന്ധിപ്പിച്ചിട്ടുണ്ട്. ഉൽപ്പന്നങ്ങൾ പരസ്യം ചെയ്യുന്നതിന് പുറമെ കാർഷികമേഖലയുമായി ബന്ധപ്പെട്ട സംശയനിവാരണത്തിനും, കമ്പോള വിലവിവരം അറിയുന്നതിനും, വിളപരിപാലനം-കീടനിയന്ത്രണം, മണ്ണുപരിശോധനയുടെ അടിസ്ഥാനത്തിൽ വളനിർണ്ണയം നടത്തുന്നതിനുമെല്ലാം www.e-krishi.orgൽ സംവിധാനമുണ്ട്. അക്ഷയകേന്ദ്രങ്ങൾക്ക് പുറമെ വെബ്സൈറ്റ് വഴി ഏതൊരാൾക്കും www.e-krishi.org ലെ സേവനങ്ങൾ പ്രയോജനപ്പെടുത്താം.

17

ഓർക്കുട്ട്

അലുമ്നി സൈറ്റുകൾക്കും ഇ-മെയിൽ ഗ്രൂപ്പുകൾക്കുമപ്പുറം കൂടിച്ചേരലുകളുടെ പൂക്കാലം ഇപ്പോൾ പലരും ആഘോഷിക്കുന്നത് സോഷ്യൽ നെറ്റ്വർക്കിംഗ് സൈറ്റുകളിലൂടെയാണ്. വെബ് ഡിസൈനിംഗിന്റെ ബാലപാഠംപോലും അറിയാത്തവർക്ക് സൈബർ സ്പേസിൽ സ്വന്തമായൊരിടം - നിരന്തരം സുഹൃത്തുക്കളെ പ്രതീക്ഷിച്ചും കണ്ടെത്തിയവരോട് സംവദിച്ചും, സമ്പാദിക്കാൻ സഹായിക്കുന്നവയായി സോഷ്യൽ നെറ്റ്വർക്കുകൾ മാറിയിട്ടുണ്ട്. www.orkut.com, www.myspace.com, www.facebook.com, 360.yahoo.com,

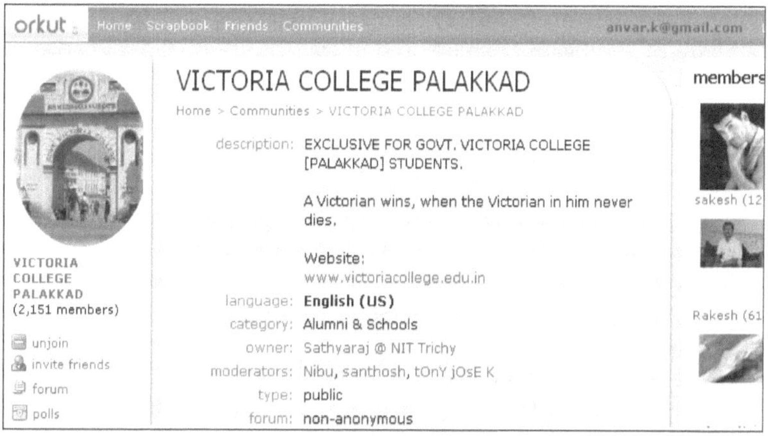

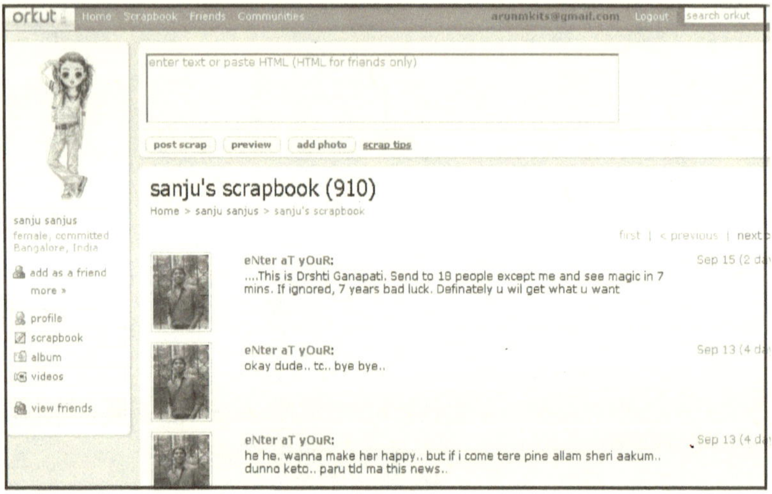

www.bebo.com... എന്നിങ്ങനെ നിരവധി സൈറ്റുകൾ ഇന്ന് ബന്ധങ്ങൾ കൂട്ടിയിണക്കാനായുണ്ട്.

ഗൂഗിളിലെ പ്രോഗ്രാമറായിരുന്ന ഓർക്കുട്ട് ബൈക്കോ ആണ് ഓർക്കുട്ടിന്റെ അണിയറ ശില്പി. 2004 ജനുവരിയിൽ പ്രവർത്തനം തുടങ്ങിയ ഓർക്കുട്ടിൽ മൂന്നരവർഷംകൊണ്ട് ആറു കോടിയിലധികം പേരാണ് അംഗങ്ങളായത്. ഗൂഗിൾ ഇ-മെയിൽ വിലാസമുള്ള ആർക്കും ഓർക്കുട്ടിൽ അംഗത്വമെടുക്കാം. ഇനി ജി-മെയിൽ വിലാസമില്ലെങ്കിൽ ഓർക്കുട്ടിൽത്തന്നെ അത് സമ്പാദിക്കാനും സൗകര്യമുണ്ട്. ഇങ്ങനെ ലോഗിൻ ചെയ്ത് കഴിഞ്ഞാൽ പിന്നെ നിങ്ങളുടെ ലോകമായി. നിങ്ങളെക്കുറിച്ചുള്ള വിവരങ്ങൾ, താൽപ്പര്യങ്ങൾ, സുഹൃത്തുക്കൾക്കുള്ള അറിയിപ്പുകൾ... എന്നിങ്ങനെ വളരെ ലളിതമായി സൈബർ സ്പേസിൽ വിഹരിക്കാൻ സൗകര്യമൊരുക്കിയതാണ് ഓർക്കുട്ടിനെ ഇപ്പോൾ നെറ്റിലെ ചൂടുള്ള വിഭവമാക്കി മാറ്റിയത്. വിവിധ ഫോറങ്ങൾ അഥവാ കമ്മ്യൂണിറ്റികൾ (സ്ഥലം, കോളേജ്, വിഷയം...) സൃഷ്ടിക്കാമെന്നതും ഇതിലെ അംഗങ്ങൾക്ക് എളുപ്പത്തിൽ സംവദിക്കാമെന്നതും ഓർക്കുട്ടിന്റെ പ്രത്യേകതയാണ്. സാധാരണ മെസേജിംഗിനും ഫോട്ടോ ആൽബങ്ങൾക്കും പുറമെ സ്ക്രാപ്ബുക്കുകളും ഓർക്കുട്ടിന്റെ പ്രത്യേകതയാണ്. നമുക്ക് വരുന്ന സന്ദേശങ്ങൾ പ്രത്യേക ക്രമത്തിൽ ലിസ്റ്റ് ചെയ്യുകയും അവയ്ക്കോരോന്നായി മറുപടി നൽകാനും, കീറിക്കളയാനും ഇത് സൗകര്യമൊരുക്കുന്നുണ്ട്. സ്ക്രാപ്ബുക്കിൽ രേഖപ്പെടുത്തുന്ന വിവരങ്ങൾ ആർക്കും കാണാം. 2007 ഏപ്രിൽ മുതൽ ഉപഭോക്താക്കൾക്ക് വോട്ട് ചെയ്യാനായി 'Polls' സംവിധാനവും ഒരുക്കിയിട്ടുണ്ട്. ചിത്രങ്ങളും വീഡിയോകളും നമ്മുടെ പേജിലേക്ക് അപ്‌ലോഡ് ചെയ്യും. സുഹൃത്തുക്കളെ ബെസ്റ്റ് ഫ്രണ്ട്സ്, ഗുഡ് ഫ്രണ്ട്സ്, ഫ്രണ്ട്സ്... എന്നിങ്ങനെ തരംതിരിക്കാം.

പുതിയ കമ്മ്യൂണിറ്റികൾ സൃഷ്ടിക്കുന്നതിന് മുമ്പ് അവ നിലവിലുണ്ടോ എന്ന് പരിശോധിക്കേണ്ടതുണ്ട്.

അതിരുകളില്ലാത്ത സുഹൃദ്ബന്ധത്തിന്റെ വിശാലമായ ജാലകമാണ് ഓർക്കുട്ട് തുറന്നു തരുന്നത്. ഇന്ന് കേരളത്തിന്റെ ഉൾനാടുകളിൽ വരെ മിക്ക പൂർവവിദ്യാർത്ഥി സംഗമങ്ങളുടേയും 'കാരണക്കാരൻ' ഓർക്കുട്ട് ആണെന്ന് കാണാം. ഇന്റർനെറ്റിന്റെ തുറന്ന സ്വഭാവം സൃഷ്ടിക്കുന്ന ഇത്തരം സാധ്യതകൾക്കൊപ്പം അവ ഉയർത്തുന്ന ആശങ്കകളും ചെറുതല്ല. വ്യാജ പ്രൊഫൈലുകൾ സൃഷ്ടിക്കുക, വിദ്വേഷപരവും രാജ്യദ്രോഹപരവുമായ കമ്മ്യൂണിറ്റികളുടെ നിർമ്മാണം തുടങ്ങിയ പരാതികൾ വളരെ സജീവമായി പല ഓർക്കുട്ട് ഫോറങ്ങൾക്കെതിരെയുമുണ്ട്. ഗൃഹാതുരതയുണർത്തുന്ന ഒത്തുചേരലുകൾപോലെ മയക്കുമരുന്ന് സമ്മേളനങ്ങളും 'ഐ ഹേറ്റ് ഇന്ത്യ' ക്യാമ്പെയിനുമെല്ലാം ഇപ്രകാരം പരാതിക്ക് ഇടയാക്കിയതാണ്. അതുപോലെ വൈറസ്, ട്രോജൻ ഭീഷണികൾ സോഷ്യൽ നെറ്റ്‌വർക്കിംഗ് സൈറ്റുകളിലൂടെ ഉയർത്താറുണ്ട്. അതുകൊണ്ട് സാധ്യതകളുടെ അനന്തലോകത്ത് സ്വൈരവിഹാരം നടത്തുമ്പോഴും ചതിക്കുഴികളെക്കുറിച്ചുള്ള ജാഗ്രതയും പ്രതിരോധമാർഗങ്ങളും നാം സ്വീകരിക്കേണ്ടതുണ്ട്.

18

കരിയർ സൈറ്റുകൾ

"വെള്ളം വെള്ളം സർവ്വത്ര... ഇല്ല കുടിക്കാനൊരുതുള്ളി..." എന്ന് പറയുന്നപോലെയാണ് നാട്ടിലെ തൊഴിലവസരങ്ങൾ പലപ്പോഴും. തൊഴിലന്വേഷകരും തൊഴിൽദാതാക്കളും ഒരുപോലെ അലയുന്ന കാലഘട്ടത്തിൽ വേൾഡ് വൈഡ് വെബിന്റെ സാർവ്വജനീനത പ്രയോജനപ്പെടുത്തിക്കൊണ്ട് ഇവരെ ഒരു കുടക്കീഴിൽ കൊണ്ടുവരാനുള്ള സംവിധാനമാണ് ജോബ് പോർട്ടലുകൾ അഥവാ കരിയർ സൈറ്റുകൾ ഒരുക്കുന്നത്.

സൈറ്റുകൾ പലവിധം

അറുപത്തഞ്ച് ലക്ഷം പേരുടെ ബയോഡേറ്റകളും രണ്ട് ലക്ഷം തൊഴിലവസരങ്ങളും വാഗ്ദാനം ചെയ്യുന്ന www.naukri.com ൽ പ്രതിമാസം 12 കോടി വെബ്പേജുകൾ സന്ദർശിക്കുന്നുണ്ട്. സൗജന്യമായും ഫീസടച്ചും ഉപയോഗിക്കാവുന്ന ഒരുപാട് സേവനങ്ങൾ ഈ പോർട്ടിലുണ്ട്. ജോലിചെയ്യാൻ കഴിയുന്ന നല്ല സ്ഥലങ്ങൾ, മുഖ്യ തൊഴിൽദായകർ, തൊഴിൽ ഗ്യാലറി, ഹോട്ട് വേക്കൻസികൾ, റെസ്യൂം ഡേറ്റാബേസ്... എന്നിങ്ങനെ വൈവിധ്യമാർന്ന സേവനങ്ങൾ ഈ പോർട്ടിലുണ്ട്.

നൗക്രി പോർട്ടലിനെപ്പോലെതന്നെ മികച്ച സേവനം നൽകുന്ന www.monsterindia.com, www.jobstreet.com, www.timesjobs.com, www.jobsahead.com, www.placementindia.com എന്നിങ്ങനെയുള്ള നിരവധി പോർട്ടലുകൾ നെറ്റിൽ ലഭ്യമാണ്. ഇതിനു പുറമെ മിക്ക സേർച്ച് എൻജിനുകളിലും, കമ്പനികളുടേയും സ്ഥാപനങ്ങളുടേയും വെബ്സൈറ്റുകളിലും 'കരിയർ' ഓപ്ഷൻ നൽകിവരുന്നുണ്ട്.

വിവരങ്ങൾ നൽകുമ്പോൾ...

മിക്ക ജോബ്സൈറ്റുകളിലും ആദ്യമായി സന്ദർശിക്കുമ്പോൾ Sign Up ചെയ്ത് പ്രത്യേക യൂസർനാമം ലഭ്യമാക്കേണ്ടതുണ്ട്. ഇപ്രകാരം റജിസ്റ്റർ ചെയ്യുന്ന യൂസർനാമവും പാസ്‌വേർഡും ഉപയോഗിച്ച് ആ സൈറ്റിൽ ലോഗിൻ ചെയ്തതിനു ശേഷമാണ് നമ്മുടെ വിവരങ്ങൾ പോസ്റ്റ് ചെയ്യേണ്ടത്. വ്യക്തിഗത വിവരങ്ങൾ, യോഗ്യത, മേഖല, പരിചയം, താൽപ്പര്യമുള്ള ജോലിയുടെ തരം/സ്ഥലം/ശമ്പളം എന്നിങ്ങനെ നമ്മുടെ മുൻഗണനയ്ക്കനുസൃതമായി റജിസ്റ്റർ ചെയ്യണം. പിന്നീട് നാം പ്രത്യേകം തയ്യാറാക്കിയ റെസ്യൂമെ അറ്റാച്ച് ചെയ്യാനും സംവിധാനമുണ്ട്. ഇപ്രകാരം വിവരങ്ങൾ നൽകിയശേഷം 'പ്രിവ്യൂ' നോക്കുമ്പോൾ നാം നൽകിയ വിവരങ്ങൾ മനോഹരമായ ഒരു ഫോർമാറ്റിൽ പ്രത്യക്ഷപ്പെടുന്നത് കാണാം. ഇതിന്റെ പ്രിന്റൗട്ട് നമുക്ക് പിന്നീടും ഉപയോഗിക്കാം.

Post Your Resume ലിങ്കിലൂടെ ഇത്തരം വിവരങ്ങൾ വളരെ കൃത്യതയോടെ നൽകാൻ ശ്രമിക്കണം. നിങ്ങൾ അന്വേഷിക്കുന്ന അല്ലെങ്കിൽ നിങ്ങൾക്ക് വൈദഗ്ദ്ധ്യമുള്ള മേഖലയെക്കുറിച്ചുള്ള keywords വളരെ കൃത്യമായിരിക്കണം. കാരണം ആത്യന്തികമായി തൊഴിൽദാതാക്കളും, മറ്റും സേർച്ച് ചെയ്ത് വിവരങ്ങൾ കണ്ടുപിടിക്കുന്നത് ഡേറ്റാബേസിൽനിന്നും ഈ വിവരങ്ങൾ ലഭ്യമാക്കിയാവാം. Key skills, Functional Area തുടങ്ങിയവ ധൃതിയിൽ തിരഞ്ഞെടുക്കാതെ കോംബോ ബോക്സിൽ ലിസ്റ്റ് ചെയ്തിട്ടുണ്ടെങ്കിൽ മുഴുവൻ നോക്കി വേണം തിരഞ്ഞെടുക്കാൻ. ഇ-മെയിലിലൂടെ മാത്രമല്ല മൊബൈൽ നമ്പറിലേക്ക് SMS വഴിയും Job Alertകൾ അയക്കാനുള്ള സംവിധാനം ഇന്ന് മിക്ക പോർട്ടലുകൾക്കുമുണ്ട്.

വിവരങ്ങളുടെ സുരക്ഷയും ആധികാരികതയും...

'ഇന്റർനെറ്റ് വഴി ജോലി വാഗ്ദാനം: അഞ്ചുലക്ഷം തട്ടിയെടുത്തു.' ഈയിടെ പ്രത്യക്ഷപ്പെട്ട ഒരു പത്രവാർത്തയാണിത്. തിരുവനന്തപുരത്തെ ഒരു രസതന്ത്ര ബിരുദധാരി ഒരു ജോബ്പോർട്ടിലൂടെ ബയോഡാറ്റ സമർപ്പിച്ചപ്പോൾ അവരാവശ്യപ്പെട്ട(?) പ്രകാരം അഞ്ചുലക്ഷം രൂപ കൈമാറിയ കഥയാണിത്. അവശ്യം വിവരങ്ങൾ ഓൺലൈൻ പോർട്ട

ലുകളിൽ നൽകുമ്പോൾത്തന്നെ സ്വകാര്യ വിവരങ്ങൾ വളരെ സൂക്ഷിച്ച് മാത്രമേ ലഭ്യമാക്കാവൂ. പ്രത്യേകിച്ചും ക്രെഡിറ്റ് കാർഡ് നമ്പർ, പാസ്‌വേർഡ് തുടങ്ങിയവ ചില വ്യാജസൈറ്റുകൾ ആവശ്യപ്പെടാം. പ്രമുഖ പോർട്ടലുകളുടേതെന്ന് തോന്നുന്ന തരത്തിലുള്ള വ്യാജപോർട്ട ലുകളിലൂടെയും (വെബ്സൈറ്റ് വിലാസത്തിൽ ഒന്നോ രണ്ടോ അക്ഷരം മാറ്റിയും മറ്റും) നിങ്ങൾ കബളിപ്പിക്കപ്പെടാം. വെബ്സൈറ്റുകളിലൂടെയും ഇ-മെയിലുകളിലൂടെയും ആവശ്യപ്പെടുന്ന പണമിടപാടുകളിൽ അവ യുടെ ആധികാരികത ഉറപ്പുവരുത്തി മാത്രം പങ്കാളികളാകുക.

ദേശീയ പോർട്ടൽ

ഭാരത സർക്കാറിന്റെ കീഴിലുള്ള മുഴുവൻ സ്ഥാപനങ്ങളെ ക്കുറിച്ചും, സംസ്ഥാന-കേന്ദ്രഭരണ പ്രദേശങ്ങളെക്കുറിച്ചും അവ ലഭ്യമാക്കുന്ന സേവനങ്ങളെക്കുറിച്ചുമുള്ള വിവരങ്ങൾ ഒരു കുട ക്കീഴിൽ ലഭ്യമാക്കാനുദ്ദേശിച്ചുള്ള ഇന്ത്യയുടെ ദേശീയ പോർട്ട ലാണ് www.india.gov.in. പൊതുവായ വിവരങ്ങൾക്ക് പുറമെ, വിവിധ മേഖലകളെക്കുറിച്ചും സേവനങ്ങളെക്കുറിച്ചും ഭൂപടങ്ങൾ -ഫോമുകൾ-നയരേഖകൾ തുടങ്ങിയവയെക്കുറിച്ചും ആധികാരിക വിവരങ്ങൾ ലഭ്യമാക്കാനുള്ള ഒരു ഏകജാലക സംവിധാനമായാണ് ദേശീയപോർട്ടലിനെ കണക്കാക്കുന്നത്. ദേശീയ ഇ-ഗവേർണൻസ് നയത്തിലെ പ്രധാനപ്പെട്ട ഒരിനമായ ദേശീയ പോർട്ടൽ കേന്ദ്ര ഐടി വകുപ്പിന്റെ സഹായത്തോടെ എൻ ഐസിയാണ് തയ്യാറാ ക്കുന്നത്. പല സംസ്ഥാനങ്ങളിലേയും പ്രധാന വെബ്സൈറ്റുകളും (ജില്ലാ സൈറ്റുകൾ വരെ) വിവരങ്ങളും ഉൾപ്പെടുത്തിയിട്ടുള്ള www.india.gov.in ൽ കൂട്ടായ്മയിലൂടെയുള്ള വിവരശേഖരണരീ തിയാണ് അവലംബിച്ചിട്ടുള്ളത്.

19

യാഹൂ ഫോട്ടോസ്

ഒരു സേർച്ച് എൻജിൻ എന്ന നിലയിൽനിന്നും ഇ-മെയിൽ, ഡയറക്ടറി, ഓഡിയോ, വീഡിയോ, വാർത്ത, ഷോപ്പിംഗ് എന്നിങ്ങനെ വൈവിധ്യമാർന്ന സേവനങ്ങൾ നൽകുന്ന ഒരു 'പോർട്ടൽ' എന്ന സങ്കൽപ്പത്തിന് വഴിതെളിയിച്ചത് yahoo.com തന്നെയാണ്. മെസഞ്ചറും റേഡിയോവും ജാതകവുമൊക്കെയായി സേവനങ്ങൾ നൽകുന്നതിൽ കടുത്ത മത്സരമാണ് യാഹൂ google.com സമ്മാനിക്കുന്നത്.

ഇന്റർനെറ്റിലെ വിവിധ വെബ്സൈറ്റുകളിൽ ചിത്രങ്ങൾ ശേഖരിച്ച് ഡിജിറ്റൽ ആൽബങ്ങളായി സൂക്ഷിക്കാനുള്ള സംവിധാനം ഇപ്പോൾ നിലവിലുണ്ട്. എന്നാൽ യാഹൂവിലെ 'ഫോട്ടോ' വിഭാഗം പുതിയ പതിപ്പിലൂടെ ഇക്കാര്യത്തിൽ ഉപയോക്താക്കൾക്ക് വളരെയേറെ സൗകര്യങ്ങൾ കൂടുതലധികം നൽകുന്നുണ്ട്. പല സൈറ്റുകളും റെസല്യൂഷൻ കൂടിയ ഫോട്ടോകളെ ചെറുതാക്കി ശേഖരണ സ്ഥലം ലാഭിക്കുമ്പോൾ, യാഹൂ ഫോട്ടോസിന്റെ പുതിയ പതിപ്പിൽ ചിത്രം അതേ വലുപ്പത്തിലും വ്യക്തതയിലും ശേഖരിക്കാൻ കഴിയുന്നുണ്ട്.

ഒട്ടനവധി ചിത്രങ്ങൾ അപ്ലോഡ് ചെയ്യാൻ ഒന്നൊന്നായി 'add photo' ബട്ടൺ ക്ലിക്ക് ചെയ്യുന്ന നിലവിലുള്ള പ്രക്രിയ മാറ്റി ഒന്നിലധികം ഫോട്ടോകൾ ഒരുമിച്ച് സൈറ്റിലേക്കയക്കാൻ ഇത് സൗകര്യമൊരുക്കുന്നുണ്ട്. ചിത്രങ്ങളെ രചയിതാവ്, തരം, തീയതി, മുൻഗണന എന്നിവ അടിസ്ഥാനപ്പെടുത്തി 'സ്മാർട്ട് ആൽബങ്ങൾ' നിർമ്മിക്കാനും, സന്ദർശകർക്ക് അവയിന്മേൽ അഭിപ്രായം രേഖപ്പെടുത്താനും പുതിയ യാഹൂ ഫോട്ടോസിൽ സൗകര്യമുണ്ട്.

യാഹൂ ഫോട്ടോസ് ഉപയോഗിക്കാൻ നിങ്ങൾക്ക് ആദ്യമേ ഒരു

യാഹൂവിൽ തയ്യാറാക്കിയ ഒരു ഫോട്ടോ ആൽബം

യാഹൂ ഐഡി കരസ്ഥമാക്കേണ്ടതുണ്ട്. www.photos.yahoo.com എന്ന വിലാസം നൽകി ലോഗിൻ ചെയ്യുമ്പോൾ ലഭിക്കുന്ന പേജിലെ 'Add Photos' ക്ലിക്ക് ചെയ്യുക. പുതിയ ആൽബത്തിന്റെ പേരും നൽകി continue ബട്ടണിലൂടെ അടുത്ത പേജിലെത്തുമ്പോൾ നിങ്ങൾ അപ്‌ലോഡു ചെയ്യാൻപോകുന്ന ഫോട്ടോ ചിലർമാത്രം (private) കാണണോ, എല്ലാവരും കാണണോ (public) എന്നിങ്ങനെയുള്ള ഓപ്ഷൻ തിരഞ്ഞെടുത്ത് അടുത്ത പേജിലെത്തുക. ഇവിടെ Select Photos ബട്ടൺവഴി നമ്മുടെ കമ്പ്യൂട്ടറിലെ ഫോട്ടോ സൂക്ഷിച്ചിട്ടുള്ള ഫോൾഡർ തിരഞ്ഞെടുക്കുക. നിങ്ങൾക്കിഷ്ടമുള്ള ഫോട്ടോകൾ, കീബോർഡിലെ കൺട്രോൺ കീ പ്രസ് ചെയ്ത് തിരഞ്ഞുകഴിഞ്ഞ് continue ക്ലിക്ക് ചെയ്താൽ ഞൊടിയിടയ്ക്കുള്ളിൽ ഈ ചിത്രങ്ങളെല്ലാം അപ്‌ലോഡു ചെയ്യപ്പെടുകയായി.

നമ്മൾ തയ്യാറാക്കിയ ഡിജിറ്റൽ ആൽബം നമുക്ക് കാണാം, സ്ലൈഡ് ചിത്രങ്ങളാക്കാം, സുഹൃത്തുക്കളുമായി പങ്കുവയ്ക്കാം. രസകരമായ ഈ ദൃശ്യാനുഭവം വായനക്കാർക്കും പ്രയോഗിച്ചുനോക്കാമല്ലോ?

20

ഇന്റർനെറ്റ് ഉപയോഗിക്കുമ്പോൾ

ഇ-മെയിൽ - ചാറ്റിംഗ് സേവനങ്ങൾക്കപ്പുറം ബ്ലോഗുകൾ, സോഷ്യൽ നെറ്റ്‌വർക്കിംഗ് സൈറ്റുകൾ (ഓർക്കുട്ട്, മൈസ്‌പേസ്...), വിക്കികൾ, പോഡ്കാസ്റ്റിംഗ് തുടങ്ങിയവയുടെ ആവിർഭാവവും ഒപ്പം കൂടുതൽ ഇന്ററാക്ടിവിറ്റിയും പരസ്പരസഹകരണവും പ്രദാനംചെയ്യുന്ന വെബ് 2.0 പോലുള്ള സങ്കേതങ്ങളുടെ വികാസവും ഇത്തരം സേവനങ്ങളുടെ ഉപയോഗസമയത്ത് സജീവശ്രദ്ധ പുലർത്തണമെന്നത് നമ്മെ ഓർമ്മിപ്പിക്കുന്നുണ്ട്.

പരമപ്രധാനം വ്യക്തിഗത വിവരങ്ങൾ നൽകുന്നതിൽ അതിർവരമ്പുകളിടുക എന്നതാണ്. സ്ഥിരമായി ഉപയോഗിക്കുന്ന ഇ-മെയിൽ വിലാസങ്ങളല്ലാതെ ഒരു പ്രത്യേക ഐഡി ഇത്തരം സൈറ്റുകൾക്കായി നിർമ്മിക്കുന്നത് നന്ന്. പലപ്പോഴും നിങ്ങളുടെ പാസ്‌വേർഡോ, ക്രെഡിറ്റ് കാർഡ് നമ്പറോ നിങ്ങളിൽനിന്നും പരസ്യമാവുന്നത് ഒറിജിനലിനെ വെല്ലുന്ന വ്യാജമെയിലുകൾക്കുള്ള (ഫിഷിംഗ്, സൈബർ സ്റ്റാക്കിംഗ്) മറുപടിയായി ആയിരിക്കാം. അതിനാൽ ഇത്തരം വിവരങ്ങൾ ഒരിക്കലും നൽകാതിരിക്കുക.

കുട്ടികൾ ഇത്തരം സേവനങ്ങൾ ഉപയോഗിക്കുമ്പോൾ അപരിചിതർക്ക് ഒരിക്കലും ശരിയായ വിലാസം നൽകാതിരിക്കാൻ ശ്രമിക്കണം. കണ്ടന്റ് ഫിൽറ്ററിംഗ് പാക്കേജുകൾ ഉപയോഗിക്കൽ കുട്ടികൾക്കായുള്ള സൈറ്റുകളിൽ മാത്രമായി ഉപയോഗം പരിമിതപ്പെടുത്തൽ എന്നിവ ആന്റി വൈറസ് സോഫ്റ്റ്‌വെയറുകളെപ്പോലെ പ്രധാനമാണെന്നോർക്കണം. പലപ്പോഴും ബ്രൗസറിൽ തന്നെയുള്ള 'Content Setting' ഓപ്ഷനുകൾ കുട്ടികൾക്കായി സെറ്റ് ചെയ്താൽ മതിയാകും.

സൈറ്റുകളിൽ / സേവനങ്ങളിൽ (പ്രത്യേകിച്ച് ഓർക്കുട്ട് പോലുള്ളവയിൽ) പ്രത്യേക വ്യക്തിക്ക് മാത്രം കാണാനുള്ളതാണോ (private) അതോ പബ്ലിക്കാണോ എന്ന് പരിശോധിച്ച് അതിനനുസൃതമായി മാത്രം വിവരങ്ങളും ചിത്രങ്ങളും നൽകുക.

അദൃശ്യമായുള്ള (ഓൺലൈനായി) തട്ടിപ്പുകൾക്കും അപകീർത്തിപ്പെടുത്തലുകൾക്കുമാണ് സാധാരണ ഇന്റർനെറ്റ് സേവനങ്ങൾ വഴി ഇടയാവലെങ്കിലും, വിർച്ചൽ സൗഹൃദങ്ങൾ പാരമ്യതയിലെത്തുമ്പോൾ നേരിട്ട് കാണാൻ ലഭിക്കുന്ന ക്ഷണം സ്വീകരിക്കുന്നത് അപകടം ക്ഷണിച്ചുവരുത്തും എന്നോർക്കുക.

അനാവശ്യവും ശല്യക്കാരുമായ ഇ-മെയിലുകളോട് (സ്പാം മെയിലുകൾ) പ്രതികരിക്കാതിരിക്കുക. നിങ്ങളുടെ ഇ-മെയിൽ വിലാസം 'ആക്ടീവാണെന്നറിഞ്ഞാൽ' അവരുടെ ശല്യം തുടർന്നുകൊണ്ടിരിക്കും. നെറ്റ് സേവനങ്ങളിൽ പ്രത്യേകിച്ചും ഇ-മെയിലുകളിൽ ലഭ്യമായിട്ടുള്ള 'സ്പാംഗാഡ്' പോലുള്ളവ 'ആക്ടീവ്' ആക്കുക.

ഒരപകടത്തിൽപ്പെട്ട ആളുകളുടെ കോടിക്കണക്കിന് രൂപ മാറ്റാനായി നിങ്ങളുടെ ബാക്ക്-അക്കൗണ്ട് തിരഞ്ഞെടുത്തു, നിങ്ങൾക്ക് ലോട്ടറിയടിച്ചു എന്നൊക്കെപ്പറഞ്ഞ് ബാങ്ക് അക്കൗണ്ടും ക്രെഡിറ്റ് കാർഡ് നമ്പറും ആവശ്യപ്പെടുന്ന ഇ-മെയിലുകൾ നിങ്ങളെ കുഴിയിൽ വീഴ്ത്താനാണെന്നോർമ്മിക്കുക.

21

സൈബർ കുറ്റകൃത്യങ്ങൾക്കെതിരെ...

കമ്പ്യൂട്ടർ സാക്ഷരതയിലും ഐടി-ഇന്റർനെറ്റ് ഉപയോഗത്തിലും ഇന്ത്യയിൽ ഏറ്റവും മുന്നിൽ നിൽക്കുന്ന സംസ്ഥാനമാണ് കേരളം. എന്നാൽ ഇതോടൊപ്പംതന്നെ വളർന്നുകൊണ്ടിരിക്കുന്ന സൈബർ കുറ്റകൃത്യങ്ങളെ പ്രതിരോധിക്കലും കണ്ടെത്തലും, ശിക്ഷാനടപടികൾ സ്വീകരിക്കലും ഒരു വലിയ വെല്ലുവിളിയായി നമ്മുടെ മുന്നിലുണ്ട്. ഈ പശ്ചാത്തലത്തിലാണ് സൈബർ കുറ്റകൃത്യങ്ങളെ കണ്ടുപിടിക്കാനും തടയാനും ഇതേക്കുറിച്ച് പൊതുജനങ്ങൾക്ക് നിർദേശം നൽകാനുമുള്ള ഒരു ബൃഹത്പദ്ധതി സംസ്ഥാനത്ത് ആരംഭിച്ചത്. ഇതിന്റെ ഭാഗമായി www.cyberkeralam.in എന്ന വെബ് പോർട്ടലും 0471 2727004 എന്ന കോൾസെന്ററും നിലവിൽവന്നു.

ഹാക്കിംഗ്, ഫിഷിംഗ്, ഇ-മെയിൽ മോഷണം, വ്യാജ വെബ്സൈറ്റുകൾ തുടങ്ങിയ കുറ്റകൃത്യങ്ങൾക്ക് ഇരയാകുകയോ അല്ലെങ്കിൽ ഇത്തരം കുറ്റകൃത്യങ്ങൾ ശ്രദ്ധയിൽപ്പെടുകയോ ചെയ്താൽ ഈ വെബ്പോർട്ടലിൽ റിപ്പോർട്ട് ചെയ്യാം. പരാതികളുടെയും നിർദ്ദേശങ്ങളുടെയും സ്വഭാവമനുസരിച്ച് അവയ്ക്കനുയോജ്യമായ സാങ്കേതികസഹായവും വെബ്പോർട്ടൽ നൽകും.

കേസ് രജിസ്റ്റർ ചെയ്യേണ്ട പരാതികൾ പൊലീസിന്റെ ഹൈടെക് ക്രൈം എൻക്വയറി സെല്ലിലേക്ക് കൈമാറും. പലപ്പോഴും കുറ്റകൃത്യങ്ങളുടെ ഉറവിടം രാജ്യത്തിനു പുറത്തുനിന്നാവുന്നതുകൊണ്ട് അതത് മേഖലകളുമായി ബന്ധപ്പെട്ട അന്തർദ്ദേശീയ-ദേശീയ കുറ്റാന്വേഷണ ഏജൻസികളുമായി സഹകരിച്ചു പ്രവർത്തിക്കാനും സംവിധാനമൊരുക്കിയിട്ടുണ്ട്. പോർട്ടലിൽ സൗജന്യമായി രജിസ്റ്റർ ചെയ്യാം.

ചർച്ചാ ഗ്രൂപ്പുകൾ, സൈബർ ക്രൈം, സൈബർ ഫോറൻസിക്, സൈബർ സെക്യൂരിറ്റി എന്നിവയുമായി ബന്ധപ്പെട്ട് പൊതുവായി വരുന്ന സംശയങ്ങൾ, ഡിജിറ്റൽ കുറ്റകൃത്യങ്ങൾ ശ്രദ്ധയിൽപ്പെട്ടാൽ ഉപകരണങ്ങൾ കണ്ടുകെട്ടാനും തെളിവ് ശേഖരിക്കാനുമുള്ള മാർഗങ്ങൾ, വിദഗ്ദ്ധരോട് സംവദിക്കാനുള്ള അവസരം എന്നിവയും www.cyberkeralam.in വെബ്സൈറ്റിൽ ഒരുക്കിയിട്ടുണ്ട്.

സംസ്ഥാന ഐടി മിഷന്റെ നേതൃത്വത്തിൽ സി ഡാക്കിലെ സൈബർ ഫോറൻസിക് വിഭാഗം, പൊലീസ് ഹൈടെക് സെൽ എന്നിവയുടെ സഹായത്തോടെയാണ് ഈ സംവിധാനം പ്രവർത്തിക്കുന്നത്.

പൊതുജനങ്ങൾക്കും സാങ്കേതിക വിദഗ്ദ്ധർക്കും നിയമപാലകർക്കുമെല്ലാം ഒരുപോലെ സംവദിക്കാൻ കഴിയുന്ന രൂപത്തിലാണ് ഈ വെബ്സൈറ്റ് രൂപകൽപ്പന ചെയ്യുന്നത്. കോൾസെന്ററിലേക്ക് സംശയങ്ങൾ നേരിട്ട് ചോദിക്കാനുള്ള സംവിധാനവും നിലവിൽ വന്നുകഴിഞ്ഞു.

പൊതുവിൽ നടന്നുവരുന്ന സൈബർ കുറ്റകൃത്യങ്ങൾ ഇ-മെയിൽ വഴിയാണ് എന്നതുകൊണ്ട് വിലാസമില്ലാത്ത ഭീഷണിയുടെയും തട്ടിപ്പിന്റെയും സ്വഭാവമുള്ള ഇ-മെയിലുകളുടെ ഉറവിടം കണ്ടെത്താനുള്ള ഇ-മെയിൽ ട്രെയ്സർ സോഫ്റ്റ്വെയറിന്റെ വികേന്ദ്രീകൃത വിന്യാസമാണ് മറ്റൊരു പദ്ധതി. ഇ-മെയിലുകളുടെകൂടെ പ്രത്യക്ഷപ്പെടുന്ന ഇമെയിൽ ഹെഡർ ഈ സോഫ്റ്റ്വെയറിലെ പ്രത്യേക ഭാഗത്തേക്ക് പോസ്റ്റ് ചെയ്താൽ അയച്ചിരിക്കുന്ന കമ്പ്യൂട്ടറിന്റെ ഐപി വിലാസം, ഡൊമൈൻ നാമം തുടങ്ങിയവ ഇ-മെയിൽ ട്രെയ്സർ പ്രദർശിപ്പിക്കും. ട്രേസ് റൂട്ട് ടേബിൾ, വിവിധ രാഷ്ട്രങ്ങളിലെ ഐപി വിലാസമടങ്ങിയ ഡേറ്റാബേസ് തുടങ്ങിയവ പ്രയോജനപ്പെടുത്തി ഭൂമിശാസ്ത്രപരമായ സ്ഥാനനിർണ്ണയം ഇ-മെയിൽ ട്രെയ്സർ ഉറപ്പുവരുത്തുന്നു.

കണ്ടുകെട്ടുന്ന ഇലക്ട്രോണിക് ശേഖരണ മാധ്യമത്തിൽനിന്ന് ശാസ്ത്രീയമായി തെളിവുകൾ ശേഖരിക്കാനുള്ള സൈബർ ചെക്ക് എന്ന ആപ്ലിക്കേഷൻ ടൂൾ പൊലീസ് ആസ്ഥാനങ്ങളിൽ വിന്യസിക്കാനാണ്. ഓരോ കോഡിന്റെയും സ്വഭാവത്തെ അടിസ്ഥാനപ്പെടുത്തിയാണ് സൈബർ ചെക്ക് വിശകലനം നടത്തുന്നത്.

ഇന്റർനെറ്റിലൂടെയുള്ള വ്യവഹാരം തിരക്കേറിയ ഒരു റോഡിലൂടെ നടന്നുപോകുന്നപോലെയാണ്. സൂക്ഷിച്ചും ശ്രദ്ധിച്ചുംവേണം സൈബർ സ്പേസിലൂടെയുള്ള പര്യവേക്ഷണം. അപകടം പേടിച്ച് യാത്ര മാറ്റിവെച്ചാൽ നാം കാലത്തിനു പുറകോട്ടു നടക്കലാവും. ആശങ്കകളെക്കാളും അപകടങ്ങളെക്കാളും സാധ്യതകൾ വാഗ്ദാനം ചെയ്യുന്ന നെറ്റ് ലോകത്തെ പൗരന്മാർക്ക് (നെറ്റിസൻമാർക്ക്) ശുഭയാത്ര നേരുന്നു...